நாகர் நிலச் சுவடுகள்

இலங்கையில் சில நாட்கள்

மலர்விழி பாஸ்கரன்

Tamil Heritage Foundation *international*

Germany - Malaysia - India - Srilanka

தமிழ் மரபு அறக்கட்டளை வெளியீடு - 5
ISBN - 978-1-64786-502-3

புத்தகம் : நாகர் நிலச்சுவடுகள் - இலங்கயில் சில நாட்கள் ∎ ஆசிரியர் : மலர்விழி பாஸ்கரன் ∎ முதல் பதிப்பு : சனவரி 2020 ∎ உரிமை : ஆசிரியருக்கு ∎ வெளியீடு : Tamil Heritage Foundation international (THFi) ∎ மின்னஞ்சல் : mythforg@gmail.com ∎ ஒளியச்சு & அச்சாக்கம் : முல்லை அச்சகம் சென்னை 600002 ∎ நூல் மற்றும் அட்டை : மாயா ∎ விலை : ரூ.100/- ∎ ஐரோப்பாவில் யூரோ 3/-

தமிழர்தம் வரலாற்று
பாதுகாப்பில் முனைப்போடு இயங்கிவரும்
தமிழ் மரபு அறக்கட்டளை
பன்னாட்டு அமைப்பிற்கு

உள்ளே

பதிப்புரை	05
முன்னுரை	11
01. இலங்கை வரலாறு - சிறு குறிப்பு	13
02. தமிழர் வரலாற்றின் தொடர்புகளைத் தேடி	20
03. மாதோட்டம் - மாந்தை	24
04. திருக்கேத்தீச்சரம்	29
05. மண்ணித்தலை சிவாலயம்	35
06. நெடுந்தீவு	40
07. புத்த கட்டுமானமும் வெடியரசன் கோட்டையும்	45
08. ஒல்லாந்தர் கோட்டை	48
09. மந்திரி மனை	51
10. நாக விகாரை.	53
11. யாழ் நூலகம்	55
12. கந்தரோடை	57
13. நிலாவரைக் கிணறு	60
14. அநுராதபுரம்	63
15. எல்லாளன் நினைவுத்தூபி	67
16 மகாபோதி	69
17. மாத்தளை	72
18. ரத்னபுரி	75
அடிக்குறிப்புகள்	79
உசாத்துணை	80

பதிப்புரை

இலங்கை பற்றிய சமகால உரையாடல்கள் பெரும்பாலும் அந்நாட்டில் தொடர்ச்சியாக நிகழ்த்தப்பட்ட தமிழ் மக்களுக்கு எதிரான இனப்படுகொலை மற்றும் வன்கொடுமைகள் பற்றியனவாகவே அமைந்து விடுகின்றன. திருப்புமுனைகள் பல கொண்ட வரலாற்றினைக் கொண்டிருக்கும் இலங்கை, ஆசியக் கண்டத்தில் இருக்கின்ற நாடுகளில் மிக அழகான நாடு என்பதை இலங்கைக்குச் சென்று வந்த ஒவ்வொருவரும் மறுக்க முடியாது.

ஏறக்குறைய 21 மில்லியன் மக்கள் தொகை; அதில் ஏறக்குறைய எழுபத்தைந்து விழுக்காடு சிங்களவர்களும், ஏறக்குறைய பதினொறு விழுக்காடு இலங்கைத் தமிழர்களும் மற்றும் நான்கு விழுக்காடு இந்தியத் தமிழர்களும், ஒன்பது விழுக்காடு இஸ்லாமியர்களும் என இனரீதியாகவும், பெரும் பான்மை பௌத்த மதத்தைக் கடைப்பிடிப்பவர்களாகவும் சிறுபான்மை இந்து சமயத்தையும் இஸ்லாமியச் சமயத்தையும் பின்பற்றுபவர்களாகவும் அமைந்திருக்கும் நாடு இலங்கை.

இலங்கையில் வாழும் தமிழர்கள் பற்றி பேசும் உலகத் தமிழர்கள் பெரும்பாலும் யாழ்ப்பாண குடா நாட்டு பகுதி சமூக மற்றும் அரசியல் நிகழ்வுகளை மையமாக வைத்துப் பேசுவது இயல்பு. தமிழர்கள் பெரும்பாலும் வாழ்கின்ற பகுதியாக வடகிழக்கு தலைநகர் கொழும்பு மட்டுமல்லாது இலங்கை தீவின் மத்திய பகுதியான மலையகப் பகுதியும் மிகுந்த முக்கியத்துவம் தரப்படவேண்டிய பகுதியே. தமிழர்கள்

இலங்கைத் தீவில் வந்துகுடியேறியவர்கள் எனக் கூறப்படும் கருத்து வரலாற்றுரீதியான ஆய்வுகளை முன்னெடுக்கும் போது பொய்ப்பித்துப் போகின்றது. இலங்கைத் தீவின் பூர்வகுடிகள் தமிழர்களே என்பது தொடர்ச்சியான ஆய்வுகளின் வழி நிலைநிறுத்தப்படும் காலமிது.

இலங்கைத்தீவின் முக்கிய பூர்வகுடி இனங்களாக அடையாளப்படுத்தப்படும் இனங்கள் நாகர்கள் மற்றும் இயக்கர்கள் ஆகும். தமிழ் மக்களின் பூர்வகுடி அடையாளங்கள் இந்த இனங்களுடன் தொடர்புடையதே. தமிழகத்தைப் போலவே இலங்கையிலும் அங்கு மேற்கொள்ளப்பட்ட பல்வேறு தொல்லியல் அகழ்வாய்வுகளில் மிகப்பழமையான நாகர் இனச் சின்னங்களும் தமிழில் ஆரம்பகால எழுத்துரு வடிவமான தமிழிக் கல்வெட்டுகள் பொரித்த பாறைகள் மற்றும் மண்பாண்டங்களும் கண்டுபிடிக்கப்பட்டுள்ளன. இவை நாம் கூறும் தமிழினத்தின் இலங்கைக்கான பண்டைய அடையாளத்தை மேலும் உறுதி செய்வதாக அமைகின்றன.

காலனித்துவ ஆதிக்கத்தைச் செலுத்திய ஐரோப்பிய நாடுகள் பலவும் இலங்கையைத் தனது முக்கிய ஆளுமை செலுத்தக் கூடிய தீவாக அடையாளப்படுத்தி தனது கட்டுப்பாட்டிற்குள் வைத்திருந்தன. பிரித்தானியக் காலனித்துவ ஆட்சியிலிருந்து *1947*ம் ஆண்டு இந்தியச் சுதந்திரம், அதன் பின்னர் *1948* ஆம் ஆண்டு இலங்கைக்கான சுதந்திரம் என்ற வரலாற்றுப் பின்னணியில் இலங்கை இன்று சுதந்திர நாடாக விளங்குகின்றது.

வரலாற்று நோக்கில் காணும்போது பௌத்த மற்றும் இந்து மத அடையாளங்களும் இஸ்லாமிய அடையாளங்களும் இங்கு முக்கியத்துவம் பெறுகின்றன. அவற்றோடு காலனித்துவ ஆட்சியின் வெளிப்பாடாகக் கிருத்துவ மத அடையாளங்களும் வரலாற்றுச் சின்னங்களாக இலங்கை வரலாற்றுச் செழுமைக்கு சிறப்பு சேர்க்கின்றன. பல்வேறு காலகட்டங்களில் நிகழ்ந்த போர், நகர அமைப்பு, வாழ்விடப் பகுதிகள், வணிகம், விவசாயம், பெருந்தோட்ட மேலாண்மை, சமய நிகழ்வுகள் ஆகியன இலங்கையை வரலாற்றுச் சிறப்புகள் கொண்ட மிக

முக்கிய சுற்றுலாத் தலங்களில் ஒன்றாக இன்று அடையாளம் காட்டி நிற்கின்றது.

இலங்கைத்தீவில் பயணித்து அதன் சிறப்புகளை உணர்ந்து அனுபவிக்க ஆர்வம் இருந்தாலும், கடந்த கால போர்ச்சூழலை மனதில் கொண்டு அங்குச் செல்லாமல் தயங்கி நிற்கும் பலருக்கு இந்த நூல் அச்சத் திரையை விலக்கும் ஒரு சிறந்த வழிகாட்டியாக அமையும். நூலாசிரியர் மலர்விழி பாஸ்கரன் வரலாற்றுச் செய்திகளில் மிகுந்த ஈடுபாடும் ஆர்வமும் கொண்டவர். தனது சுய முயற்சியில் ஆசிய நாடுகள் பலவற்றில் பயணம் மேற்கொண்டு அங்கு மிகுந்த ஈடுபாட்டுடன் ஆய்வுகள் நிகழ்த்தி அவற்றை நூல்களாக வழங்கியிருக்கின்றார்.

2019ஆம் ஆண்டு அக்டோபர் மாதம் ஒரு களப்பணியாக பத்து நாட்கள் ஆய்வுப்பயணம் ஒன்றினைத் தமிழ் மரபு அறக் கட்டளை பன்னாட்டு அமைப்பு ஏற்பாடு செய்திருந்தோம். அப்பயணத்தில் இணைந்து கொண்டதோடு பயணத்தின்போது நிகழ்த்தப்பட்ட களப்பயணங்களில் சேகரித்த தகவல்களைக் கட்டுரையாக்கியதோடு மேலும் தனது முயற்சியாக நூல்கள் பலவற்றை வாசித்தும், குறிப்புகளைச் செம்மைப்படுத்தியும் தனது பயண அனுபவங்களை மிக எளிய நடையில் வாசிப் போர் ரசித்து புரிந்து கொள்ளும் வகையில் இந்த நூலை வடித்திருக்கிறார். இலங்கையைப் பற்றி அறிந்துகொள்ள விழையும் ஆர்வலர்கள் அனைவருக்கும் இந்த நூல் நல்ல அறிமுகமாக அமையும். அதே வேளை இலங்கையைப் பூர்வீக மாகக் கொண்டோருக்கும் இலங்கை பற்றிய வரலாற்றுச் செய்திகளை வழங்குகின்ற வரலாற்று செய்தித்தொகுப்பாகவும் இந்த நூல் அமைகின்றது.

இலங்கையின் தமிழர் சுவடுகளைத் தொடர்ந்து இணையத்தில் ஆவணப்படுத்தி வரும் தமிழ் மரபு அறக்கட்டளையின் வெளியீடாக இந்த நூல் வலம் வருகிறது. வரலாற்று ஆர்வலர்கள் இந்த நூலை வாங்கி வாசித்து இலங்கையின் வரலாறு பற்றிய புரிதலை மேலும் விரிவாக்கிக் கொள்ள வேண்டும் என்பதே தமிழ் மரபு அறக்கட்டளையின் நோக்கமாகும்.

நூலாசிரியர் மலர்விழி பாஸ்கரன் மேலும் இத்தகைய பல ஆய்வுகளைத் தொடர வேண்டும்; எளிய முறையில் தமிழர் வரலாற்றை நூல்களாக வழங்க வேண்டும் என வாழ்த்துகின்றோம்.

முனைவர்.க.சுபாஷிணி

தலைவர், தமிழ் மரபு அறக்கட்டளை

08.01.2020

என்னுரை

உலகின் முதல் இலக்கியமே ஒரு வகையில் ஒரு பயணக் குறிப்பு தான் (கில்காமேஷ் தொன்மை). ஆதியில் கதை சொல்லும் வடிவம் வளர்ந்து வளம் பெற்றதில் பயணங்களுக்கு முக்கிய பங்குண்டு.

ஒரு காலத்தில் பயணக்குறிப்புகளின் வாயிலாகத்தான் வரலாறு எழுதப்பட்டது, அறிந்து கொள்ளப்பட்டது. மெகஸ்தனிஸின் இண்டிகா, ஃபா ஹியான் மற்றும் யுவான்சுவாங் குறிப்புகள் என்று பயண எழுத்தால் நிறுவப்பட்ட வரலாறு அநேகம். தூதர்கள், இறையன்பர்கள் என்று துணிவும் முனைப்பும் உள்ளவரன்றி சாமானியர் எல்லோராலும் பயணங்கள் செல்வது முடியாத காலம் அது. தமிழைப் பொறுத்தவரை முதல் பயண இலக்கியம் செங்கோன் தரைச்செலவு என்பார்கள். தொடர்ந்து ஏ.கே. செட்டியார், சோமலெ போன்றோர் தமிழில் பயண எழுத்தை இலக்கியத்துள் புகுத்திச்சென்றார்கள்.

இன்று இலக்கியவாதிகளால் பயண இலக்கியம் விரும்பி எழுதப்படுகிறது. நாளிதழ், மாத இதழ் தொடர்களாக பயணக் கட்டுரைகள் மலினமடைந்து விட்டன. இருந்த இடத்தி லேயே உலகைச் சுற்றிப்பார்க்கும் வசதியைத் தொழில்நுட்ப வளர்ச்சி தந்து விட்ட இந்தக்காலத்தில் பயணங்கள் அண்டை வீட்டுக்குச் சென்று வருவது போல சுலபமாகி விட்டது. ஆனாலும் பயண எழுத்து இன்றும் விரும்பி வாசிக்கப்படுகிறது என்றால் அதற்குக் காரணம் எழுத்தின் வீரியமும் மொழியும் படைப்பாளரின் பார்வை வழியாக வாசகர் கண்டடையும் அனுபவமும் தான்.

தனிப்பட்ட முறையில் எனக்குப் பயணங்கள் தரும் களிப்பு அளப்பரியது. அந்தந்த மண்ணின் வாசனையின் ஊடாக

நமக்குள் புகும் முதல் அணுக்கத்திலிருந்து பயணம் முழுமையும் கற்கவும், கலக்கவும் ஆயிரம் விஷயங்கள் நமக்கு முன்னே வந்து கொண்டே இருக்கும். என்னைப் பொருத்தவரை பயணங்கள் இருப்பைத்தொலைத்த ஒரு நிராதரவான நிலைக்குள் நம்மைத் தள்ளி நம்மை நாமே புதிதாய் உணரச்செய்யும் ஒருவகை தியானம் போலத்தான். அதனால் அகவய அனுபவங் களுக்காகப் பயணங்களை பெரிதும் விரும்புபவள். ஆனால் இந்தப் பயணத்தில் அப்படியிருக்கச் சாத்தியமில்லை என்பதைத் துவக்கத்திலேயே உணர்ந்திருந்தேன்.

ஏனென்றால் வரலாறு அறிவியலை ஒத்தது. அதற்கு உள்ளத்தோடான அணுக்கம் தேவையற்றது. அறிவுக்கும் பகுத்துணர்தலுக்கும் சில சமயங்களில் *(educated imagination)* கற்பனைக்கும் மட்டுமே ஆங்கு இடமுண்டு. வரலாறு எந்த பாசாங்கும் பாரபட்சமும் இல்லாமல் பார்ப்பதைப் பதிவு செய்தல் என்ற தெளிவு ஒரு வரலாற்று மாணவியாக எனக்குப் பயிற்றுவிக்கப்பட்டிருந்ததால் முடிந்த அளவு அதில் அதிக கவனம் வைத்துக்கொள்ளவேண்டும் என்றும், இது வரலாற்று ஆய்வுப்பயணம் என்பதால் பயணத்தின் அனுபவத்தோடு வரலாற்றுத் தகவல்களையும் கருத்துகளையும் சேர்த்துக் கடத்தும் நோக்கில் எழுதப்படவேண்டிய அவசியம் இருக்கிறது என்பதும் அறிந்தே இருந்தேன்.

இந்த அடிப்படைப் புரிதல்களோடு தான் இந்த பயணக் கட்டுரை நூல் எழுதப்பட்டிருக்கிறது. ஒரு நாட்டைப் பற்றி எழுதுவதென்றால், அந்த நாட்டில் குறைந்தது இரண்டு ஆண்டுகள் தங்கி, அந்நாட்டு மொழியை நன்கு பயின்று, அந்நாட்டு மக்களோடு நெருங்கிப் பழகுதல் வேண்டும் என்று தமிழ் பயண எழுத்துலக முன்னோடி ஏ.கே. செட்டியார் கூறுவார்.

அவ்வளவு காலம் நமக்கு வாய்க்காத காரணத்தால் கிடைத்த ஐந்து நாட்களில் ஒரு சாமானியளின் பார்வையூடாக கண்டது கண்டபடி இந்நூல் வழியே சொல்ல விழைகிறேன். பயணத்தில் சென்ற இடங்களை மட்டுமே கணக்கில் கொண்டு அவற்றின் வரலாற்றுத் தகவல்களை மட்டுமே நிரல் படுத்தும் கட்டுரைத் தொகுப்பாகவே இது இருக்கும். அடிப்படையில் தமிழ் மரபு அறக்கட்டளையின் வலைப்பக்கத்துக்கான கட்டுரைகளாக இவை எழுதப்பட்டன. பின்னர் முனைவர் சுபாஷினி அவர்களின்

முயற்சியால் சிறு நூலாக, ஒரு தொகுப்பாக வெளியிடப்படுகிறது.

உருவாக்கப்பட்ட காலம் முதலே தமிழ் மரபு அறக்கட்டளை தொடர்ச்சியாகத் தமிழ் மரபு சார் முன்னெடுப்புகளை சிறப்பாகச் செய்து வருகிறது. ஒவ்வொரு ஆண்டின் துவக்கத்திலும் இந்த ஆண்டின் செயல்பாடுகள் என்னென்ன என்பது குறித்துத் தெளிவான திட்ட அட்டவணையோடு நடவடிக்கைகளை மேற்கொள்ளும் தன்னார்வ நிறுவனம் தமிழ் மரபு அறக்கட்டளை. அதனால் த.ம.அ இலங்கைக்கு வரலாற்றுப்பயணம் மேற் கொள்ள இருந்த திட்டம் அறிந்த உடனேயே எனக்கு உள்ளுக்குள் ஆசை பெருக்கெடுத்துவிட்டது. தனிப்பட்ட காரணங்களாலும் நேரமின்மையாலும் இந்தப்பயணத்தில் இணைய முடியாத நிலை வந்த போது மிகவும் வருந்தினேன். ஆனால் முனைவர் சுபாஷினி விடவில்லை. எப்படியாவது நேரம் ஒதுக்கி வாருங்கள். உங்களுக்கும் கண்டிப்பாகப் பிடிக்கும் என்று ஊக்கமளித்தார்.

கரும்பு தின்னக் கூலி போல உடன் வருவோரெல்லாம் வரலாற்று ஆர்வலர்கள், செல்லும் இடமெல்லாம் வரலாற்ற றிஞர்களின் வரவேற்பு என்று புரிந்த உடனே என் திட்டங்களை மாற்றியமைத்துக்கொண்டு பயணத்துக்குத் தயாராகிவிட்டேன். நாங்கள் தங்கியிருந்த ஐந்து நாட்களும் எங்களை அன்போடும் கனிவோடும் விருந்தோம்பிய இலங்கையைச்சேர்ந்த அத்துணை நல்லுள்ளங்களுக்கும் செல்லும் இடமெல்லாம் தேவையான ஏற்பாடுகளைச்செய்தும் முறையான தகவல்களைத் திரட்டிக் கொடுத்தும் வழிப்படுத்திய இலங்கை வரலாற்றுலக அன்பர் களுக்கும் இந்த வேளையில் எங்களின் நன்றியையும் சொல்லிக் கொள்கிறேன்.

இந்நூல் வெளிவரக்காரணமாயிருக்கும் தமிழ் மரபு அறக்கட்டளையின் தலைவர் முனைவர்.சுபாஷினி அவர்களுக்கும், அறக்கட்டளையின் அனைத்து உறுப்பினர்களுக்கும் என் நெஞ்சார்ந்த நன்றிகளைத் தெரிவித்துக்கொள்கிறேன். பிரதியில் சொல், பொருள், வரலாற்றுத்தகவல்களில் பிழையிருப்பின் தயை கூர்ந்து மின்னஞ்சலில் தெரிவிக்கவும். அடுத்த பதிப்பில் அவை சீர்படுத்தப்படும். நன்றி

01.01.2020 மலர்விழி பாஸ்கரன்

யாழ்ப்பாணம்
0 40
0 40
மன்னார்
அனுராதபுரம்
கற்பிட்டி
புத்தளம்
மாத்தளை
கண்டி
கொழும்பு
தெகிவளை
-கல்கிசை
கோட்டே
இரத்தினபுரி
மொரட்டுவை
காலி

இலங்கை வரலாறு 1

சிறுகுறிப்பு

இலங்கையின் எழுதப்பட்ட வரலாறு என்பது பொ.உ (பொது உகம்) 5ம் நூற் றாண்டில் இயற்றப்பட்ட பவுத்த நூலான மகாவம்சம் சொல்லும் புராணக்கதைகளின் வழியாகத்தான் துவங்குகிறது. ஆனால் இலங்கை வரலாற்றை முழுவதுமாகப் புரிந்து கொள்ளவும் அதன் தொன்மையை அறிந்து கொள்ளவும் அந்த நில உருவாக்கத்தின் துவக்கத்தில் இருந்து பார்க்கவேண்டிய அவசியம் இருக்கிறது.

இன்றைய இலங்கைக்கும் இந்தியத் துணைக் கண்டத்துக்குமான நிலத்தொடர்பு மயோசின் (ஏறக்குறைய பத்து மில்லியன் வருடங்களுக்கு முற்பட்ட) காலத்தில் பிளவுபடத் துவங்கியது. மாறி மாறி வந்த பனிக்காலங்களிலும் இடைப் பனிக்காலங் களிலும் அந்தப்பிளவு வளர்ந்து 7000 ஆண்டுகள் முன்பு முற்றிலும் பிரிந்து இலங்கைத் தீவுகள் உருவாயின. அப்படி உருவான உலகின் இருபத்தைந்தாவது பெரிய தீவான இலங்கையில் 1,25,000 - 75,000 ஆண்டுகள் பழமையான மனித வாழ்வியல் அடையாளங்கள் கிடைத்திருக்கின்றன. ஏறத்தாழ 28,500 ஆண்டுகள் பழமையான மனிதப் பயன்பாட்டுக் கருவிகள் (microliths) இந்நிலமெங்கிலிருந்தும்

கிடைக்கப் பெறுகின்றன *(P.79, K. Indrapala (2005, The ethnic Identity:Tamils)*. ஆப்பிரிக்கக் கண்டத்தில் இருந்து துவங்கியதாகச் சொல்லப்படும் உலக மானுடப்பரவலானது வட இந்தியாவுக்கு முன்னரே தென்னிந்தியாவிலும் இலங்கையிலும் நிகழ்ந்துவிட்டதென்பதையும், இந்த மானுடப் பரவல் தொடங்கி வெகுகாலம் தாண்டியும் இந்தியத்துணைக் கண்டத்தோடு இணைப்பில் இலங்கை இருந்ததென்ற கூற்றையும் கொண்டு வரலாற்றுக் காலத்துக்கு முந்தைய காலகட்டத்தைச் சேர்ந்த தக்கணத்திலும் இலங்கையிலும் வாழ்ந்த மக்கள் ஒரே இனத்தைச் சேர்ந்தவர்கள் என்ற கருத்தை அறிஞர்கள் முன்வைக்கின்றனர்.

பொ.உ.மு 9ஆம் நூற்றாண்டில் இங்கே மனிதர்கள் இரும்புப் பயன்பாட்டிலும், உணவு உற்பத்தி, மந்தை வளர்ப்பு மற்றும் நீர்ப்பாசன முயற்சிகளிலும் காலூன்றி விட்டனர் என்பதும் ஆராய்ச்சிகளின் முடிவில் அறியப்படுகின்ற தகவல்கள்.இந்த இரும்புக் காலத்தையொட்டிய சான்றுகளே நமக்கு அதிகம் கிடைக்கின்றன. மேற்கு இலங்கை புத்தளம் மாவட்டம் பொம்பரிப்பில் (பொன்பரப்பி) கண்டெடுக்கப்பட்ட 8000 தாழிகள் இங்கே குறைந்தது 12000 ஆயிரம் பேர் வசித்திருக்கக்கூடிய பெருநகர குடியேற்றம் இருந்திருக்கக் கூடிய சான்றாக இருக்கிறது. புத்தளம், பொம்பரிப்பு, மாதோட்டம் ஆகிய இடங்களில் கிடைக்கின்ற தரவுகள் இம்மக்கள் குடியிருப்பு, வயல், குளம், இடுகாடு என்று பெருங்கற்கால கலாச்சாரத்தைப் பறைசாற்றுகின்றன. இந்தக் காலகட்டத்திலே தான் இந்தியத் துணைக்கண்டத்திலிருந்து குறிப்பாகத் தக்கணத்தில் இருந்து அதிக அளவில் மக்கள் ஈழம் நோக்கி பரவி குடியேறத் துவங்கியிருக்க வேண்டும் என்று கருதப்படுகிறது. *(p.33, Dr. Murugar Gunasingam (2016, Tamils in Srilanka)* இந்த பெருங்கற்கால மக்களே நாகர்களாக இருக்கக்கூடுமென்பது பேராசிரியர் பத்மநாபன் அவர்களின் கருத்து. இந்த காலகட்டமே அரசுகள் தோன்றுவதற்கான காலகட்டமாக வரலாற்றுத் தோற்ற காலகட்டமாக இருந்திருக்கிறது. மேலும் இங்கே கிடைக்கிற பிராமி கல்வெட்டுகள் (பழைய சிங்கள, பாளி மொழி உட்பட) மவுரியப் பிராமியை விடவும் தமிழியோடு நெருங்கிய தொடர்புடைய - பிராந்திய பிராமியாக இருப்பதும் கவனிக்கத்தக்கது.

இதனால் மகாவம்சம் சொல்லும் விஜயனின் வருகைக்கு வெகுகாலம் முன்பே இங்கே மனித நாகரிகம் மேற்றிசைக்குத் தந்தமும் மயிலும் வணிகம் செய்யுமளவுக்குச் செழிப்புற்றிருந்தது என்பதும் அது திராவிட மரபைச் சேர்ந்தது என்பதும் நன்கு விளங்கும். பரதகண்டத்தின் வடகிழக்கிலிருந்து வந்து பரவியதாகச் சொல்லப்படும் விஜயன் வழியினரும், தக்கணத்திலிருந்து பரவிய தமிழரும், இலங்கையைப் பூர்விகமாகக் கொண்ட மக்களும் முதலில் இலங்கையின் வடக்கு வடமேற்கில் பரவிப்பின் கிழக்கிலும் தெற்கிலும் நகர்ந்துள்ளனர் என்பர். சிங்கள இனத்தவர் இலங்கையின் வட மேற்கு, தெற்கு மற்றும் வடக்கு மத்திய மாகாணங்களில் பரவிக்குடி யேறினர். தமிழ் மக்களும் இந்தப் பகுதிகளில் வாழ்ந்தும் ஆண்டும் இருந்த போதும் தங்களின் ஆதிக்குடி நிலமான வடக்கு வடகிழக்குப்பகுதிகளிலேயே பெரும்பான்மையாகத் தொடர்ந்து இருந்து வந்திருக்கின்றனர். முற்கால சிங்களவர்களுக்கும் தமிழர்களுக்குமே பொலனருவை யும் அனுராதபுரமும் தான் தலைநிலங்களாக இருந்திருக்கின்றன. பின்னர் சிங்களவர் தெற்கு நோக்கியும் தமிழர்கள் வடக்கு நோக்கியும் நகர்ந்தனர் (Ibid. p.3).

வரலாறு எழுதுவதில் நேர்ந்த சிக்கல்

இலங்கையின் வரலாறு மகாவம்ச காலந்தொட்டே சிங்களவர் பார்வையில் தான் எழுதப்பட்டிருக்கிறது. இலங்கை குறித்த தொன்மையானதும் தொடர்ச்சி கொண்டதுமான எழுதப்பட்ட வரலாறு பவுத்தம் சார்ந்தவையே. பொ.உ.மு 2ஆம் நூற்றாண்டளவில் இலங்கையில் நுழைந்து பரவிய பவுத்த சமயம், வரலாற்றைப் பதிவு செய்வதைத் தம் நிறுவன நடவடிக்கைகளில் முக்கியமான பணியாக வைத்திருந்த படியால், பாளி, சிங்கள மொழியில் பவுத்த(சிங்கள) நோக்கில் இலங்கை பற்றிப் பேசுவது போல தமிழர் பார்வையில் சமகால வரலாறு சொல்ல தொன்மைக் குறிப்புகள் இல்லை. 13ஆம் நூற்றாண்டளவில் தான் இலங்கையில் தமிழில் எழுதப்பட்ட பழமையான வரலாறு நமக்குக் கிடைக்கிறது. அது வரை இலங்கையின் வரலாறு சிங்களவர்களின் பவுத்த வரலாறாக மட்டுமே இருந்திருக்கிறது. இதனால் தமிழகத்தின் பொருளாதார வளர்ச்சியைச் சங்க நூல்களிலிருந்தும், அங்கு மேற்கொள்ளப்பட்டு வருகின்ற அகழ்வுகளிலிருந்தும் அறிவது போன்று ஈழத்தின் வடபகுதிக்கான பொருளாதார, நாகரிக

வளர்ச்சி பற்றிப் பாளி நூல்களின் மூலமாகவோ அன்றி இங்கு மேற்கொள்ளப்பட்ட அகழ்வுகளின் மூலமாகவோ அறிந்து கொள்வதும் கடினமாகவே இருக்கிறது.

மேலும் சிங்களவர் நிலத்தில் கிடைத்த கருங்கல்லால் அவர்களால் காலத்தால் அழியாத கட்டுமானங்களை நிர்மாணிக்க முடிந்தது. அநுராதபுரம் சோழப்பேரரசின் தாக்குதலால் கைவிடப்பட்டு சிங்களவர்கள் தெற்கு நோக்கி நகர்ந்த பின்னர் சிலகாலத்துக்குப்பின் அநுராதபுரம் இயற்கையால் முழுவதும் சூழப்பட்டு மறைந்து கிடந்தபோதும் சிதைவுறவில்லை.

ஆனால் அதே சமயம் வட நிலத்தில் இருந்த தமிழர்கள் பயன்படுத்திய செம்புரைக்கற்கள் விரைவில் அழிவுபடக் கூடியதாக இருந்தது. மேலும் தொடர்ச்சியான பயன்பாட்டில் இருந்த நிலத்தில் மக்கள் புராதன எச்சங்களின் மீதே வாழ்விடங்களை அமைத்துக்கொண்டதால் பெரும்பான்மை முதன்மைச் சான்றுகள் அழிந்து போயிருப்பதற்கான சாத்தியக் கூறுண்டு. அதிலும் முக்கியமாகப் போர்த்துக்கீசியர் வருகை கடற் புறத்திலிருந்த தமிழர் கட்டுமானங்களுக்குப் பேரழிவையே பரிசாய்த் தந்தன. எஞ்சிய வரலாற்று அறிவைச் சேகரித்து வைத்த யாழ் நூலகத்தின் தொடர்ச்சியான அழிவையும் நம்மால் ஒதுக்கிவிட முடியாது.

இதனால் இங்கு காணப்பட்ட வாணிப வளர்ச்சி பற்றித் தமிழகப் பின்னணியிலும், கிரேக்கர், ரோமர், சீனர், பாரசீகர் போன்ற வெளிநாட்டார் குறிப்புகள் மூலமும், ஈழத்துப் பாளி, சிங்கள நூல்களில் காணப்படும் மிகச்சில குறிப்புகள் மூலமும், ஈழத்துப் பிராமி, சிங்களக் கல்வெட்டுகள் ஆகியன தரும் சான்றுகள் மூலமும் தான் ஓரளவுக்கு அறிந்து கொள்ள முடிகின்றது .(*p*. 456, சி.க. சிற்றம்பலம் (1993, யாழ்ப்பாணம் தொன்மை வரலாறு)

இப்படி நிலவழியான சான்றுகளையும் தமிழர் நோக்கில் அரிதாகவே கிடைக்கும்படியாகின்ற நிலையில் மேலதிக அகழாய்வுகளின் மூலம் அறுந்துகிடக்கும் வரலாற்றுச் சங்கிலிக்குப் புதிய கண்ணிகளை இனங்காண முடியும் என்பதே இன்றைய அறிஞர் தம் கருத்தாக இருக்கிறது. அந்த வகையில் தமிழர் நோக்கில் இலங்கையின் வரலாற்றை எளிமையாக காலவரையறை கொண்டு பகுத்துப் பார்த்தால்

கீழ்க்கண்டவாறு பிரிக்கலாம்.

வரலாற்றுக்கு முந்தைய காலம் - பொ. மு 300 வரை
வரலாற்றுத் தோற்ற காலம் - பொ. மு 300 - பொ.உ 900 வரை
சோழர் காலம் - பொ. உ 900 - பொ.உ 1200 வரை
யாழ் மற்றும் வன்னி ராச்சிய(அரசு) காலம் -
பொ. உ 1300-1500
போர்த்துகீசியர் ஆளுமைக்காலம் - பொ. உ 1600
டச்சு / ஒல்லாந்தர் காலம் - பொ. உ 1700
ஆங்கிலேயர் காலம் - பொ. உ 1800

தமிழர் நோக்கில் இலங்கை வரலாற்றைச்சொல்வதில் காலத்தால் முந்தியது - பதினான்கு பதினைந்து நூற்றாண்டு வாக்கில் வையாபுரி ஐயர் அவர்களால் இயற்றப்பட்ட வையா பாடல் எனும் நூலாகும். அதன் பிறகு முத்துக்கவிராயரின் கைலாய மாலை (பொ. உ 16ஆம் நூற்றாண்டு), மயில்வாகனப் புலவர் எழுதிய யாழ்ப்பாண வைபவமாலை (18ஆம் நூற்றாண்டு) போன்றவை குறிப்பிடத்தக்கவை.

அதற்குப்பிறகு ஆங்கிலேயர் காலத்தில் வேலுத்தம்பி பிள்ளையின் யாழ்ப்பாண வைபவ கௌமுதி, ராசநாயகரின் பண்டைய யாழ்ப்பாணம் போன்றவை எழுதப்பட்டன. இவையுமே ஒரு குறிப்பிட்ட நிலத்தின் வரலாற்றைச் சொல்ல முனைகின்றனவேயன்றி முழுமையான இலங்கைக்கான வரலாற்றை சொல்லவில்லை.

அந்த வகையில் இருபதாம் நூற்றாண்டின் பிற்பகுதியில் தமிழர் நோக்கில் இலங்கையின் வரலாற்றை அணுகுவதில் ஒரு கட்டமைப்புடனான சீர்மை எழுந்திருப்பதாகவே தோன்றுகிறது. பேராசிரியர் அரசரட்ணம் துவங்கி பேராசிரியர் இந்திரபாலா, பேராசிரியர் ரகுபதி, பேராசிரியர் புஸ்பரட்ணம் வரையிலும் வரலாற்று ஆய்வாளர் தம் தொடர்ச்சியான உழைப்பால் இலங்கையில் தமிழர் பார்வையிலான வரலாற்றியல் புதிய எழுச்சியைக் கண்டு வருகிறது.

இந்த அடிப்படைகளை அறிந்த கையோடு இலகுவான மனநிலையில் இலங்கைக்குள் கால் பதிக்கலாம்..

வாருங்கள்...

மன்னாருக்கு அருகில் உள்ள கட்டுக்கரை ஏரி.
அகழாய்வு நடந்த இடம்

2 தமிழர் வரலாற்றின் தொடர்புகளைத்தேடி...

தமிழர் வரலாற்றின் தொடர்புகளைத்தேடிப் கீழ்த்திக்கில் பயணங்கள் பல சென்றிருந்தாலும் இதோ இருக்கும் இலங்கைக்குச் செல்வது இதுவே முதல்முறை என்பதால் என்னுள் எதிர்பார்ப்புகள் அதிகம் இருந்தன. இலங்கை குறித்த சாமானிய தமிழச்சியின் சிற்றறிவு தவிர்த்து வரலாறு சார்ந்த செய்திகளைக் கொஞ்சம் அறிந்து வைத்திருந்தேன். வேறெந்த வகையிலான தாக்கமும் ஏற்பட்டிராதவாறு, முட்டி மோதி தலைக்குள் புக முனைந்த முன்முடிவுகளை எல்லாம் சுருட்டி ஓரமாக வைத்துவிட்டு திறந்த மனதோடு ஈழ மண்ணில் கால் பதித்தேன். மனது பரபரத்தது.

தமிழ்மரபு அறக்கட்டளையின் உறுப்பினராக சுவிட்சர்லாந்தில் வாழும் தோழர் தர்மசீலி அவர்கள் எங்களுக்காகச் செய்திருந்த ஏற்பாட்டின்படி, கொழும்பு விமான நிலையத்தின் வாசலில் பின்னிரவிலும் மலர்ந்த புன்னகையோடு எங்களுக்காகக் காத்திருந்த தம்பியின் வாகனத்தில் ஏறிக்கொண்டோம்.

வவுனியா நோக்கிய எங்களின் நடுநிசிப்பயணம் துவங்கியது.

பயணக்குழுவில் இருந்தவர்களில் ஏற்கனவே அறிமுகமான வர்களும் உண்டு, என்னைப்போல இலங்கையை முதல் முறை பார்ப்பவர்களுமுண்டு. நாங்கள் பல துறை சார்ந்தவர்களாயினும் வரலாறு என்ற ஒற்றைப்புள்ளியில் இணைந்தவர்களென்பதால் பயணத்துவக்கம் முதலே எங்களுக்குள் நல்லதொரு இணக்கம் உருவாகி இருந்தது. அதனால் தொடர்ந்து வரும் நாட்களில் ஆரோக்கியமான, கலகலப்பான உரையாடல்களை மேற்கொள்ள

முடியும் என்கிற நம்பிக்கையும் வந்திருந்தது. வாகனத்தில் ஏறிய உடனேயே முனைவர் சுபாஷினி அவர்கள் இந்தப் பயணத்தின் திட்ட அட்டவணையைச் எங்களுக்குச் சொல்லிவிட்டதோடு உங்கள் மனதுக்கும் பார்வைக்கும் தெரியும் இலங்கையை இப்போதிருந்தே மனதில் பதிவு செய்யத்தொடங்குங்களேன் என்று எங்களை முடுக்கிவிட்டார். வரலாற்றில் என்னுடைய பார்வை கவனம் எப்போதும் முன்வரலாற்றுக் காலமுதல் சோழர் காலம் வரை இருக்கும். அந்த வரையறைக்குள்ளேயே இலங்கையின் வரலாற்றையும் அணுகுவது என்று தீர்மானித்தி ருந்தேன். மற்றபடி இத்தகைய வரலாற்றுச்செறிவு மிக்க மண்ணில் எந்த இடையூறும் இல்லாமல் மனதைப் பாயவிட்டு கிடைப்பதை அறிவில் ஏற்றிக்கொள்ள வேண்டும் என்று எனக்குள் சொன்னபடி உற்சாகமாகத் தலையாட்டி வைத்தேன்.

எங்கள் குழுவில் சீலி அவர்கள் மட்டுமே இலங்கையைச் சேர்ந்தவர் என்பதால் எங்களுக்கு வழிநெடுக தொடர் விளக்கவுரை கொடுத்துக் கொண்டிருந்தார். பின்னிரவில் சாலைப்பயணம் பாதுகாப்பானதா என்றெல்லாம் எங்களைக் கலவரப்படுத்த யாருமில்லை, ஆகையால் இரவின் பின்னே பசுமை ஒளிந்து கொண்டுவிட்டதே என்று புலம்பியபடியும் எங்கேயாவது திடீரென சாலைக்குள் நுழையப்போகும் யானையைத் தேடியபடியும், தொண்ணூறுகளின் தமிழ்த்திரை இசைப்பாடல்களை ஓடவிட்டுக் கொண்டிருந்த ஓட்டுநர் தம்பியின் ரசனையை ரசித்தபடியும், வழி நெடுகிலும் இருளில் நிறம் மாறும் வண்ணவிளக்கு வட்டங்களின் மத்தியில் அமர்ந்து மந்தகாசமாகச் சிரித்துக் கொண்டிருந்த புத்தர்களைக் கடந்து போனோம். தமிழகத்தில் சந்திக்கு ஒரு பிள்ளையார் உட்கார்ந்திருப்பது போல இலங்கையில் புத்தர் என்று தோன்றியது. சிறியதிலிருந்து பெரியது வரை வசதிக்கேற்ற அளவுகளில் அமர்ந்து வழியில் வருவோர்க்கெல்லாம் அபயம் காட்டிக்கொண்டு இருக்கிறார். இரவில் ஒரு உணவகத்தில் பிரியாணியும் பரோட்டாவும் அப்பமும் சொன்னோம். இங்கே நம்மவர்களைப்போல எதையும் கொதிக்கக் கொதிக்கச் சூடாகச் சாப்பிடும் பழக்கம் இல்லை என்பது புரிந்தது. ஆனால் ஆறிப்போன அப்பமும் சுவையாகத்தான் இருந்தது.

கடையின் உரிமையாளர் எங்களைக் கண்டவுடன் நாங்கள் தமிழகத்தவர் என்று அறிந்துகொண்டார். அவரது மகள் சென்னையில் தான் படிக்கிறார் என்று சொல்லிச் சந்தோஷமாக கேட்பதையெல்லாம் கொண்டு வந்து வைத்து அதன் பெயர் செய்முறை என்று விளக்கிக்கொண்டிருந்தார். ஒரு வகை கோழி பிரட்டல் சாதம் வரவழைத்துத் தந்தார். அருமையான ருசி.

கதை பேசியபடியும் உறங்கியபடியுமாக அதிகாலை ஐந்து மணி சுமாருக்கு வவுனியாவின் சிறீநகர் (ஸ்ரீ நகர்) குடியிருப்புப் பகுதியில் இருந்த ஒரு நண்பர் இல்லம் சென்றடைந்தோம். அந்த விடியலிலும் விருந்தோம்பல் முகமாய் வாசலிலேயே காத்திருந்த தம்பதியர் வயதுக்கு பத்து இளமையாகத் தெரிந்தனர் என் கண்களுக்கு. அதற்குக் காரணம் அவர்கள் உணவும் நீரும் நல்மனதும் என்று பின்னர் புரிந்தது. விடியும் வரை பயணத்தில் இருந்ததால் சற்றே தள்ளாடிய எங்களைச் சிறிது கண்ணயரச் சொல்லிவிட்டுப் பிட்டு அவிக்கத் தொடங்கிவிட்டார் வீட்டுக்கார அம்மா. ஓய்வு பெற்ற பள்ளி ஆசிரியை.

கட்டாந்தரையும் மின்விசிறிகள் அற்ற உறக்கமும் கண்டு பல ஆண்டுகள் ஆகியிருந்த போதும் இயல்பாக பொருந்திக் கொண்டது எங்களுக்கு. சொற்ப நேரத்தில் சொர்க்கம் தான். காலை வேளையில் அருகே இருந்த அம்மன் கோயிலில் பக்திப்பாடல்களை ஒலிப்பெருக்கியில் அலற விட்டுக் கொண்டிருந்தார்கள். அதைக்கேட்டு ரசித்தபடி கிணற்றடியில் நீர் சேந்தி உடற்சூடு பறக்கக் குளித்து வந்த பின் சுடச்சுட பிட்டும் சம்பலும் ஆப்பமும் சாம்பாரும் பரிமாறினார்கள். கூடவே தேநீரும். அதற்குள் செல்லக்குட்டி லைக்கா(நாய்) எங்களோடு பரிச்சயமாகி இருந்தாள். வெளிச்சத்தில் அந்தச்சிறு வீட்டைச் சுற்றிப்பார்த்தேன். காணி நிலமும், வீட்டைச்சுற்றி பயனுக்குகந்த தாவரங்களும் தென்னைகளும் கிணற்றடியும் கிறங்கடித்தன. கூடத்தில் புகைப்படங்கள் வழியாக இரண்டு தலைமுறைக் கதைகள் தொங்கிக்கொண்டிருந்தன. அவர்களது குசினியில்(அடுக்களை) இன்னும் புழக்கத்திலிருக்கும் புகட்டும் விறகடுப்பும் பாத்திரங்களும் நமது எழுபதுகளின் சமையலறையை நினைவூட்டின. பொதுவான பேச்சிலும்

இழையோடிய அவர்களது வருத்தத்தை மறைத்தே எங்களிடம் கலகலப்பாக இருந்தனர்.

கிளம்புகிற தறுவாயில் அவர் தனிப்படச் சேகரித்துத் தன் பழைய பள்ளிவருகையேட்டில் ஒட்டிச் வைத்திருந்த போர்க்காலத்துச் செய்தித் துணுக்குகளையும், ஒவ்வொரு செய்திக்கும் எதிர்வினையாய் அவருள் எழுந்த உணர்ச்சிகளைக் கொட்டி எழுதப்பட்டிருந்த கவிதைகளையும் காட்டினார். அதில் குருதியில் நனைந்த கண்ணீரின் மணம் வீசியது. நெடுந்துயரை மறக்க முயன்றபடி அவர் சிரிக்க, பதிலுக்கு நாங்களும் சிரித்துக் கையாட்டி விடைபெற்றோம்.

எங்களது முதல் இலக்கு மன்னார் மாவட்டம் -

மாதோட்டம்.

3 மாதோட்டம் - மாந்தை

இலங்கைத்தீவின் வடமேற்குத் திசையில் இருக்கிறது மன்னார் மாவட்டம். இந்த மன்னார் மாவட்டத்திற்கு உட்பட்ட பகுதியில் தான் மேற்கே மன்னார் குடாக்கடலை எல்லையாகக் கொண்டு மாதோட்டம் இருக்கிறது. மகாதித்த / மகாதித்த பட்டினம் / மாதோட்டம் / மாந்தோட்டம் என்று பல்வேறு காலங்களில் பற்பல பெயர்களால் அழைக்கப்பட்ட நிலப்பகுதி இது.

Periplus of Erithryean Sea சொல்லும் மாந்தை என்ற இலங்கையின் புகழ்பெற்ற துறைப்பட்டினம் தான் இந்த மா(ந்) தோட்டம் பகுதி, தமிழ் இலக்கியங்கள் பாடும் மாந்தையும் இதுவே என்பது அறிஞர்கள் துணிபு. இது சங்ககாலம் தொட்டு 13ஆம் நூற்றாண்டு வரை தொடர்ந்து கடல் வாணிபத்தில் சிறப்பான இடத்தைத் தக்கவைத்துக் கொண்டிருந்தது.

இந்த மாந்தை நகரின் சிறப்பை பொ.உ. 9ஆம் நூற்றாண்டில் வாழ்ந்த சுந்தரர், மாணிக்கவாசகர் ஆகியோரின் பாடல்களில் காணலாம். திருக்கேதீஸ்வரநாதனைப் பாடும் போது சுந்தரர் வங்கம் மலிகின்ற கடல் மாதோட்ட நன்னகரில் என்று குறிப்பிடுகிறார். மாதோட்ட நகரின் சிறப்புப் பற்றித் தமிழ் நூல்களில் மட்டு மன்றி பொ.உ ஐந்தாம் நூற்றாண்டுக்கும், ஒன்பதாம் நூற்றாண்டுக்கும் இடைப்பட்ட காலத்தில் எழுதப்பட்ட சகசவத்துப் பகரன, இராசவாகினி போன்ற சிங்கள நூல்களிலும் குறிப்புகள் கிடைக்கின்றன. (ப.82, சி.க. சிற்றம்பலம் (1993,யாழ்) இந்த பிராந்தியத்தில் பெருங்கற்காலம் முதல் வரலாற்றுக் காலம் நெடுகிலும் சான்றுகள் கிடைப்பது இந்நிலப்பகுதியின் தொடர் பயன்பாட்டை நமக்குக் காட்டுகிறது.

இந்த நிலத்திலே பயணப்படுகையில் காற்றின் அடர்த்தியில்

ஒரு வித காலங்கடந்த தன்மை புலப்படுவது போலவே எனக்குத் தோன்றியது பிரமையாக இருந்திருக்கலாம். என்றாலும் அத்தகைய அனுபவத்தை எதிர்நோக்கி பெருங்கற்காலப் பயன்பாட்டுச் சான்றுகளைத் தேடித்தான் நாங்கள் போய்க் கொண்டிருந்தோம்.

கட்டுக்கரை - பெருங்கற்காலப் புதையல்

இளங்காலை வேளையில் வவுனியாவின் தெருக்களையும் அவற்றின் சுத்தத்தையும் சிலாகித்தபடி தமிழகத்தின் சிற்றூர்களின் பெயர்களை நினைவூட்டிய கிராமங்களைத் தாண்டி பயணப்பட்டோம் கட்டுக்கரை நோக்கி.

கட்டுக்கரை - இதன் அளவைக்கண்டு இராட்சதக் குளம், மானமடுவாவி என்று இதனை மக்கள் அழைத்தனர் போலும். தமிழகத்துக்குளங்களின் அளவுக்குப் பழக்கப்பட்ட நமக்கு இதன் பரந்து விரிந்த தன்மை மிரட்டலாகத் தெரிந்தது. இங்கே குருவில் வான் பகுதியில் சிலகாலம் முன்பு யாழ் பல்கலைக்கழகத்தின் தொல்லியல் துறை பேராசிரியர் ப.புஸ்பரட்ணம் அவர்கள் தலைமையில் அகழாய்வு மேற்கொள்ளப் பட்டிருக்கிறது.

பன்னெடுங்காலம் முன்பு இங்கு மக்கள் குடியிருப்பு இருந்ததற்கான அடையாளங்களை (குறிப்பாக இரண்டு காலகட்டத்தைச் சேர்ந்த) ஏராளமான தொல்லியல் எச்சங்கள் வழியாக இந்த ஆய்வின் வழியாக இக்குழு கண்டுபிடித்து வகைப்படுத்தி இருக்கிறது.

முதல் கட்டமாக 1400 ஆண்டுகள் பழமையான குடியிருப்பு இருந்தமைக்குச்சான்றுகளாக - மட்பாண்டங்கள், நாணயங்கள், ஆயுதக்கருவிகள், சிலைகள், கைவளையல் துண்டுகள், யானையின் கால்கள், மாட்டுக்கொம்புகள், நீர்த்தாங்கிகள், நாக உருவச்சிலைகள், கறுப்பு சிவப்பு நிற மட்பாண்டங்கள், 75ற்கு மேற்பட்ட யானைத் தந்தங்கள், அகல்விளக்குகள், குறியீடுகள், கலசங்கள், சிறுகுடம் போன்றவை கிடைத்திருக்கின்றன, அதே போலப் பெருங்கற்காலப் பண்பாட்டுக்காலத்திய சான்றுகளாகக் - கல்மணிகள், கல்லினால் வடிவமைக்கப் பட்ட காப்புகள், சங்கு வளையல்கள், மட்பாண்டங்கள் என்பனவும் இங்கிருந்து கிடைத்துள்ளன. இப்பொருள்களுடன் இவற்றை உற்பத்தி செய்யப் பயன்படுத்தப்பட்ட கற்கள், கண்ணாடிகள், சங்குகள், மட்பாண்ட அச்சுகள், இரும்புருக்கு உலைகள் போன்றவையும் கண்டுபிடிக்கப் பட்டிருக்கின்றன. (திருமதி சுயன் விஜயதர்சினி, (2019, நிமிர்வு இதழ்)

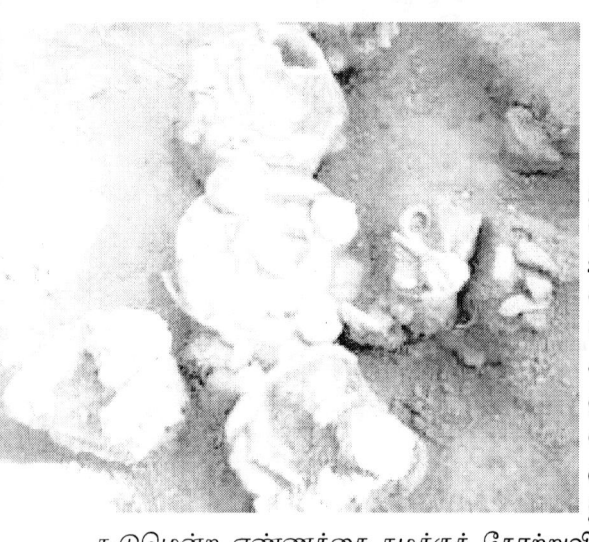

கட்டி(டு) இறக்கும் துறை என்கிற பொருளைத் தரும் கட்டுக்கரை என்ற தமிழ்ப் பெயர், முன்னொரு காலத்தில் கடற்கரை ஒட்டிய நீர்ப்பரப்பை மையமாகக் கொண்ட குடியிருப்பாக இது இருந்திருக்கக் கூடுமென்ற எண்ணத்தை நமக்குத் தோற்றுவிக்கிறது. கட்டுக்கரைக்கு வடக்கே பூநகரி பிரதேசத்தில் நாகபடு வான் என்ற குளப்பகுதியிலும் இதே போல் மூன்றடுக்கு மண்ணாய்வில் குடியிருப்புப் பகுதிக்கான சான்றுகள் கிடைத்திருக்கின்றன. இந்தக் கட்டுக்கரை அகழாய்வில் தமிழி எழுத்துப்பொறித்த நூற்றுக்கும் மேற்பட்ட மட்கலன்கள் கிடைத்திருப்பதாயும் அதிலே ஒன்றில் மட்டுமே முழுமையான சொல்லான வேலன் என்ற பொறிப்பு கிடைத்ததாகவும் சொல்லப் படுகிறது. இவ்வகையில் கீழடியைப்போல நீர்ப்பரப்பை ஒட்டிய நெடுங்காலப் புழக்கத்தில் இருந்த வளமான குடியிருப்புப் பகுதியாக இது இருந்திருக்கிறதென்பது நமக்குப் புலனாகிறது.

வடஇலங்கையில் மாதோட்டம் தவிர பூநகரி, மாங்குளம் போன்ற இடங்களிலும் பழைய கற்காலப் பண்பாட்டிற்குரிய கல்லாயுதங்கள் கண்டுபிடிக்கப் பட்டுள்ளன (*(Ragupathy 1987, Pushparatnam 1993)*.என்றும் இப்பண்பாட்டிற்குரிய மக்களும், தமிழகத்தின் தேரி நிலப்பகுதியில் வாழ்ந்த மக்களும் மானிடவியல், மொழியியல், தொல்லியல் மற்றும் பண்பாட்டு அடிப்படையில் ஒரே இன மக்கள் என்ற கருத்தும் அறிஞர் பெருமக்கள் மத்தியில் நிலவுகிறது. இப்பண்பாட்டை அடுத்து பொ.உ.மு. 800-க்குப் பின்பாக தென்னிந்தியத் திராவிட மக்களது குடியேற்றம் நடந்ததற்கானச் சான்றுகள் வடஇலங்கை உட்பட நாட்டின் பல பகுதிகளில் கண்டுபிடிக்கப் பட்டுள்ளன. (*(Strambalam 1990, Seneviratne 1984, Ragupathy 1987, Pushparatnam 2002)*.

இங்கே கிடைக்கும் பிற நாட்டு மட்கலன்கள், காசுகள் போன்ற தொல்லியல் சான்றுகள் 2000 ஆண்டுகளாகவே மக்கள் இங்கே வளமாக வாழ்ந்திருப்பதையும் அவர்கள் கடல் வாணிபத்தில் திறம் பெற்றிருந்தனர் என்பதையும் குறிக்கிறது. இந்தப் பகுதியிலே

கண்டுபிடிக்கப்பட்ட பொ.உ.மு 1ஆம் நூற்றாண்டுக்கு முந்தைய நாக அரசர்களின் தமிழி கல்வெட்டுகளையும் இங்கே நினைவு கூரவேண்டி இருக்கிறது. ஆக இது கற்காலப் பயன்பாடு துவங்கி இனக்குழுக் காலந்தாண்டி அரச மரபுகளைச் சொல்லும் காலம் வரை நீடித்த பயன்பாட்டில் இருந்த நிலமாக இருக்கிறது.

ஒரு வகையில் கீழடி வாழ்வியலின் நீட்சியாகவே கட்டுக்கரைப் பகுதியும் என் கண்களுக்குத் தெரிந்தது. எனினும் கீழடிக்கும் கட்டுக்கரை அகழாய்வுக்கும் நான் காணும் ஆகப்பெரிய வேறுபாடு இங்கே கிடைத்திருக்கும் சமயச்சின்னங்கள்.

2600ஆண்டுகளுக்கு முந்தைய தமிழ் பேசி எழுதிய மதுரை மண்ணில் இல்லாத சமயம், 1400 ஆண்டுகளுக்கு முந்தைய, தமிழ் இலக்கியங்களும் வரலாறும் தொடர்ச்சியாகப் பேசும் நாகநாடு என்கிற வட இலங்கை மண்ணில் வந்து சேர்ந்திருக்கிறது.

வியப்பூட்டும் ஐயனார் வழிபாடு, நாகர் சிலைகள், வேல், மயில், லிங்கம், நந்தி போன்றவை சிறுதெய்வ வழிபாட்டுச் சமுதாயத்தி லிருந்து பெருந்தெய்வ வழிபாடு நோக்கி மாற்றம் பெறத்துவங்கிய நிலையில் வேத கால பண்பாட்டுச் சமுதாயத்துக்கு இருந்திருக்கலாம் என்று சுட்டுகிறது.

கட்டுக்கரைச் சான்றுகள், இன்றளவும் தமிழர்களை இலங்கையின் வந்தேறிகளாகப் பார்க்கும் பார்வையை மாற்றும் ஆற்றல் பெற்றவையாகத் தெரிகின்றன. இன்றைய சூழலில் இலங்கையில் நடத்தப்படும் மேலதிக அகழாய்வுகள் தொல்தமிழ் நாகரீகத்தின் கடல் கடந்த புதிய பரிமாணத்தை இலங்கையில் நிலைநிறுத்தக்கூடும் என்றால் மிகையில்லை.

நீரின்றிப் பெரும்பாலும் காய்ந்து கிடந்த கட்டுக்கரைக் குளத்தில் இறங்கி, பரந்து விரிந்த நிலத்திலெல்லாம் அலைந்து திரிந்துப்பின் முகம் மோதிய காற்றை ரசித்தபடி சற்றுநேரம் அமர்ந்து பேசிக்கொண்டிருந்தோம். முனைவர் சுபாஷினி அவர்கள் தனது முந்தைய பயணத்தில் அறிந்து கொண்ட தகவல்களை எங்களுக்குச் சொல்லிக்கொண்டிருந்தார். பின்னர் அந்த புராதன நிலத்தில் கால் பதித்துவிட்ட குதூகலத்தோடு மீண்டும் பயணப்பட்டோம், வடமேற்கே மன்னார் நோக்கி.

திருக்கேத்தீச்சரம் 4

மன்னார் கடற்கரை வெண்மணல் பரப்பில் சில மைல் தூரம் பயணம். இது பெருமளவு எனக்கு இராமேஸ்வர மண்ணில் இருப்பது போன்ற தோற்ற மயக்கத்தை உண்டாக்கியது. நாங்கள் சென்றது நண்பகல் வேளையாதலால் தலைக்கு மேல் வெயில் காய்ந்தது.

மன்னார் தீவுக்குள் நுழையுமுன் தலைநிலத்தின் கரையிலேயே அமைந்திருக்கிறது திருக்கேத்தீஸ்வரம் ஆலயம். சோழ பாண்டிய மன்னர்கள் திருப்பணி செய்த, சைவப் பெரியவர்களால் பாடல் பெற்ற சிவத்தலங்களுள் ஒன்று இந்தத் திருக்கேத்தீஸ்வரம். விஜயனின் வருகையைச்சொல்லும் மகாவம்சம் அவனது படையில் இருந்த ஒரு பிராமணன் இந்த ஆலயத்தில் தரிசனம் மேற்கொண்டான் எனச்சுட்டுகிறது.

இங்கே இறைவனுக்கு நாகநாதர் என்ற பெயரும் உண்டு. இது ஆதிக்குடியினரான நாகர்கள் வழிபாட்டுத்தலமாய் இருந்திருக்கலாம், பிற்காலத்தில் கேது வழிபட்ட கோயில் என்ற புராணம் எழுந்திருக்கலாம் என்று எண்ணத்தோன்றுகிறது. காரணம் முன்பே சொன்னது போல இந்த மாந்தைப்பகுதியின்

தொடர்ச்சியான பயன்பாடு. வைகை நதிமுகத்துவாரத்தில் அழகன்குளம் இருந்தது போல பண்டைய அரச பீடமான அநுராதபுரத்தைக் கடலோடு இணைக்கும் அருவி ஆற்றின் முகத்துவாரத்தில் இந்த மாந்தை இருந்ததாகத் தெரிகிறது. (O.Bopearachchi, 2004) கடல் வாணிபத்தில் தென் கிழக்காசிய வர்த்தகத்தின் முக்கியத்துவத்தினை உணர்ந்த சோழர்கள் எப்படித் திருகோணமலைத் துறைமுகத்திலே தமது செல்வாக்கை நிலை நாட்டினரோ அது போலவே தமது பேரரசோடு தொடர்பு கொள்வதற்கும் வங்காள விரிகுடாவிலே தமது ஆதிக்கத்தை நிலை நாட்டுவதற்கும் மாதோட்டத் துறைமுகப் பட்டினத்திலே தமது கடற்படையை நிலைபெறச் செய்தனர் என்றும் அநுராதபுர அரசுக்காலத்தில் கூட இந்தத்துறைமுகத்தின் வழியாகவே தம் வணிக நடவடிக்கைகளை மேற்கொண்டனர் என்றும் அறிஞர்கள் கருதுகின்றனர்.

மேற்றிசை வணிகத்தைத் தம் கட்டுப்பாட்டில் வைத்திருக்கும் நோக்கில் தொடர்ந்து தமிழக அரசுகள் ஈழத்தை நோக்கி எடுத்த படையெடுப்புகளும், ஈழத்தரசர் தமிழகத்தின் மீது மேற்கொண்ட இராணுவ நடவடிக்கைகளும் இந்தத்துறைமுகத்தின் வழியாகவே நடைபெற்றிருக்க வேண்டும்.

கிரேக்க ரோமானிய வணிகத் தொடர்பு வட இலங்கையில் வலுவாக இருந்த காலத்தில் சிறப்பான துறைகளுள் ஒன்றாக இது இருந்திருக்கிறது. பின்னரும் பாண்டியர் பல்லவர் சோழர் என்று தொடர்ச்சியாகத் தமிழகத்து அரசுகளோடும் மக்களோடும் இணைப்பில் இருந்த நிலப்பகுதியாகிறது.

சோழர்கள் காலத்தில் மாதோட்டம் இராஜராஜபுரம் என அழைக்கப்பட்டிருக்கிறது. இங்கே சக்கரபாடியார், வாழைக்காய் வணிகர் போன்றோர் இருந்ததாக முதலாம் இராஜேந்திரனின் கல்வெட்டு ஒன்று எடுத்துரைக்கிறது. முதலாவது இராஜராஜனின் பெயரில் நிர்மாணிக்கப்பட்ட ஆலயமொன்று இராஜராஜேஸ்வரம் என்ற பெயரில் இருந்ததை உறுதி செய்கிறது இங்கே கிடைத்த (வடமாகாணத்தில் கிடைத்த முதலாம் இராஜராஜன் காலத்திற்கான ஒரே கல்வெட்டு) கல்வெட்டு ஒன்று. இதே மாதோட்டமாகிய ராஜராஜபுரத்தில் திருவிராமேஸ்வரம் என்று ஒரு ஆலயம் இருந்ததையும் முதலாம் இராஜேந்திரன் காலத்து கல்வெட்டு சொல்கிறது .(சி.க. சிற்றம்பலம் (1993,யாழ்ப்பாணம் தொன்மை வரலாறு))

16ஆம் நூற்றாண்டில் போர்த்துகீசியர்கள் இலங்கை முழுவதுமுள்ள பவுத்த சைவ சமயக் கட்டுமானங்களை அழித்து, கோட்டை கட்டிக்கொண்ட பொழுது வரலாற்றுச் சிறப்புப்பெற்ற இக்கோவிலின் பெரும்பகுதி அழிவுற்றதாக நம்பப்படுகிறது.

1894இல் பழைய கோயில் இருந்த பகுதியில் மண்ணுக்கடியில் இருந்து சோழர்காலச் சிவலிங்கமும் பல்லவர் காலத்து லிங்கமும், நந்தியும், சோமாஸ்கந்தரும், விநாயகர் சிற்பங்களும் கண்டெடுக்கப் பட்டன. அதன்பிறகு 400

ஆண்டுகள் கழித்து ஆறுமுக நாவலர் தான் இங்கே ஆலயப்பணியை மீண்டும் துவக்கி வைக்கிறார். அது இன்று வரை சீரிய முறையில் நடைபெற்று வருகிறது. நாங்கள் சென்ற சமயத்தி லேயும் இங்கே திருப்பணி நடந்து கொண்டிருந்தபடியால் திருவுருவங்கள் பாலாலயத்தில் வைக்கப்பட்டு அங்கே வழிபாடு நடந்து கொண்டிருந்தது.

விரைவாகத் தரிசனத்தை முடித்துக்கொண்டுப் புணர மைக்கப்பட்டுக் கொண்டிருந்த ஆலயத்துக்குள் சென்று பார்வையிட்டோம். கர்ப்ப கிரகத்தின் பின்னே எழும்பிய தளத்தில் கூரை வேய்ந்து அங்கே இராஜேந்திரச்சோழன் நிறுவியதாகச் சொல்லப்படும் பெரும் லிங்க வடிவம் வைக்கப்பட்டிருந்தது. புதிய ஆலயத்துக்காகத் தமிழகத்துச் சிற்பிகள் செய்வித்த அருமையான சிற்பங்களையும் புதிதாய் வடிவெடுத்துக் கொண்டிருந்த கோயில் தூண்களையும் அதன் புடைப்புச் சிற்பங்களையும் கண்டு ரசித்தோம், கர்ப்ப கிரகத்தின் முன்னே இருபுறத்தூண்களில் திருமுறை ஓலைகளோடு இராஜராஜனும் கைகூப்பிய நிலையில் இராஜேந்திரனும் சிற்பங்களாய்ச் சிரித்துக் கொண்டிருந்தனர். மகிழ்வோடு அருகே நின்று புகைப்படம் எடுத்துக்கொண்டோம்.

பிறகு அங்கிருந்து அகழாய்வுத்துறை நண்பர் ஒருவர் துணையோடு, போர்த்துகீசியர்கள் இடித்துத்தள்ளிய ஆதிக் கோயிலின் இடிபாடுகள் என்று சொல்லப்பட்ட இடத்துக்குச் சென்று பார்வையிட்டோம். அது கோயிலில் இருந்து நடக்கிற தொலைவில் தான் இருந்தது.

இடிபாடுகள் என்று பெயரளவில் சொன்னாலும் அது உண்மையில் பெரும் பள்ளங்கள் தாம்.

அவற்றுள் பழைய செங்கல் மற்றும் தூண் வடிவங்கள் ஆங்காங்கு வெளிப்பட்டுக்கொண்டிருந்தன. இறங்கிச் சுற்றிப்பார்த்தோம். முற்றிலும் மீட்கத்தக்க முதன்மைச்

சான்றுகள் அந்த இடிபாடுகளுள் இனி கிடைப்பது அரிது என்றே எங்களுக்குத் தோன்றியது. எத்தகைய பேரிழப்பு என்று பெருமூச்செறிந்தபடி அங்கிருந்து கிளம்பி, வற்றிக்கிடந்த பாலாவித் தீர்த்தத்தை ஒரு பார்வை பார்த்துவிட்டு வடக்கே மன்னார் தீவு நோக்கிய பயணத்தைத் தொடர்ந்தோம்.

மன்னார் தீவு

மன்னார் தீவை நாங்கள் எதிர்கொண்டதே ஒரு சுவாரஸ்யம் தான்.

தமிழ் மரபு அறக்கட்டளையின் ஆர்வலர் ஒருவர் மன்னார் தீவின் பழமையான வரைபட மாதிரி ஒன்றை அளித்திருந்தார். அதைக் கையில் வைத்துக்கொண்டு, அந்த வரைபடத்தின் காலத்தைய மன்னார் நிலத்தோடு இன்றைய மன்னார் எந்த அளவுக்கு ஒத்திசைகிறது என்ற சிறு ஆய்வு ஒன்றை நடத்தினோம். பெருந்தெருக்கள் வீதிகள் என்று மெல்ல மெல்ல மன்னார் தீவின் நிலத்தை அளந்தோம்.

நாங்கள் எதிர்பார்த்தபடியே அன்றையிலிருந்து இன்றைக்கு மன்னார் பெருமளவு மாற்றம் பெற்றிருக்கிறது. வரைபடத்தில் காணக்கிடைக்கும் பல கிருத்துவ ஆலயங்களை எங்களால் கண்டடைய முடியவில்லை எனினும் அவை விட்டுச்சென்ற எச்சங்கள் விதைகளாய் மாறி இன்று விருட்சங்களாய் நிற்பதைக் காண முடிந்தது. சில இடங்களில் கல்லறைத் தோட்டத்து நினைவுக்கற்கள் தெருச்சுவர்களில் பதிகற்களாய் இருப்பதைக்கண்டோம். இவையே கிருத்துவ ஆலயங்கள் இருந்தற்கான சாட்சியாக இன்றைக்கு இருக்கின்றன. பல குடும்பங்களின் வரலாறாக அவை சுவர்களில் நீண்டு கிடக்கின்றன. மொழி, கலாச்சாரம், நம்பிக்கை என்று எல்லா வகையிலும் இன்றைய மக்களின் வாழ்விலிருந்து பிரித்தெடுக்க முடியாத அளவிற்கு உட்புகுந்த சமய நெறிகளின் சாயல் பிணைந்து கிடக்கிறது. அது வரலாறு தந்த கொடை.

திருக்கேத்தீஸ்வரம் அருகே அன்பர் ஒருவர் மதிய உணவுக்கு அழைத்துச்சென்றார். அந்த உணவகத்தில் சர்வ சமய நம்பிக்கையைப் பின்பற்றுவது போலச் சைவ, கிருத்துவ,

பவுத்த நம்பிக்கை சார்ந்த புகைப்படங்களை வைத்திருந்தனர். புத்தர் படத்துக்கு அருகே ஒரு முகம் பார்க்கும் கண்ணாடியும் அதன் முன்னே ஆழாக்கு நெல்லில் இருந்து வெளிப்பட்ட வெட்டரிவாளும் என் ஆர்வத்தைக் கிளற அவர்களிடம் விசாரித்ததில் அது அவர்கள் கிராம வழிபாடு என்று தெரிந்தது. அது எங்கள் ஊர் பக்கம் இன்னமும் வழக்கத்தில் இருக்கும் நாட்டார் வழிபாட்டை நினைவுறுத்தியது.

மன்னாரில் இருந்து பூநகரி வழியாக யாழ்ப்பாணம் செல்வது அடுத்த திட்டம்.

மண்ணித்தலை சிவாலயம் 5

மண்ணித்தலை சிவாலயத்தை நோக்கிய அன்றைய பயணம் மறக்க இயலாதது. மன்னாரிலிருந்து கிளம்பும்பொழுதே நேரமாகிவிட்டது. மண்ணித்தலைக்கு இருட்டுவதற்குள் சென்று விட முடியுமா என்ற ஐயத்தோடு புலம்பியபடி வந்தோம். சிறு சிறு கிராமங்களின் வழியாக யாழ்ப்பாணம் நோக்கி வடகிழக்கே பயணப்பட்டு ஒருவழியாக இருள் சூழத் துவங்கிய பின்மாலைப் பொழுதில் பூநகரி வந்தடைந்தோம்.

அந்தப்பகுதிக்கே சில காலம் முன்பு தான் மின்சார வசதி வந்திருப்பதாகத் தெரிவித்தனர். சாலையும் மிகவும் பழுதடைந்து கிடந்தது. விளக்குகளற்ற இருளில் வெறுமை விரிந்த கடற்கரைப்பகுதி. இருளில் ஒருபக்கம் கடல் நம்முடனே பயணித்துக் கொண்டிருக்க மறுபக்கம் திடீர் திடீரென்று வெண் மணல் குன்றுகள் ஆங்காங்கு தலைநீட்டின. அத்தகைய மணற்குன்று ஒன்றிலிருந்து தான் புதைந்து கிடந்த இந்தக்கோயில் வெளிப்பட்டிருக்கிறது. பூநகரியில் கௌதாரி முனையருகே மண்ணித்தலைப் படகுத்துறைக்கு எதிரிலேயே இருந்தது அந்தப் பழமையான சோழர் காலத்துச்சிவாலய இடிபாடு.

செம்புரைக்கற்களைக் கொண்டு அடிப்பாகமும் அதற்கு மேல் சுதை, சுண்ணாம்பு, செங்கல் கொண்டும் இக்கோயில்

அமைக்கப்பட்டிருக்கிறது. ஐந்து அடி நீள அகலத்தில் கர்ப்பக் கிரகம் கொண்டுள்ளது. மூன்று தளத்தில் அமைந்த இதன் விமானம் 13 அடி உயரம் கொண்டது. மூன்று நிலை விமானங்களோடு இதன் தேவகோட்டம், சாலை, கர்ணக்கூடு என்பன பொ.உ. 10 ஆம் நூற்றாண்டைச் சேர்ந்த சோழர் கலை மரபிற்கு உரியதென்று ஆய்வாளர்கள் கருதுகின்றனர்.

இந்த ஆலயம் தொடர்பில் ஆய்வுகளை மேற்கொண்ட யாழ்ப்பாணம் பல்கலைகழக தொல்லியல் பேராசிரியர் ப.புஸ்பரட்ணம் அவர்கள், பொ.உ. 10 ஆம் நூற்றாண்டில் இராசேந்திரச்சோழன் காலத்தில் அநுராதபுர அரசை வெற்றிக் கொண்டு இலங்கையில் ஆட்சி புரிவதற்கு முன்னரே, சோழர்தம் ஆதிக்கத்தில் அரச தலைநகரங்கள் சிலவும் வட இலங்கையில் இருந்துள்ளன என்பதை இப்பகுதியில் கிடைக்கின்ற சோழர்கால தொல்லியல் சான்றுகள் உறுதி செய்கின்றன என்றும் அதற்கு இந்த மண்ணித்தலை சிவன் ஆலயம் சிறந்த எடுத்துக்காட்டு என்றும் குறிப்பிடுகின்றார்.

அத்தோடு மணல் மேடுகள் நிறைந்த மண்ணித்தலை பிரதேசத்தில் கிடைக்கப் பெறாத முருகைக் கல்லையும், செங்கற்களையும் கொண்டு இந்தக்கோயில் கட்டப்பட்டதை நோக்கும் போது தொழில்நுட்பமும், மூலப்பொருட்களும் வெளியிலிருந்து கொண்டுவரப்பட்டு கட்டப்பட்டுள்ளது என்பது திரு. புஸ்பரட்ணம் அவர்களது கருத்தாகும்.

இதன் அருகிலேயே, தெற்கே கௌதாரி முனையில் கைவிடப்பட்ட நிலையில் ஓர் ஆலயத்தின் இடிபாடுகள் உண்டு. 70 அடி நீளத்திலும், 30 அடி அகலத்திலும் அமைந்த இவ்வாலயம் - கர்ப்பக்கிரகம், அந்தராளம், முன்மண்டபம்,

கொடிக்கம்பம், துணைக்கோயில் கொண்ட ஆலயம் என்ற தகவலும் நமக்குக்கிடைத்தது. இது காலத்தால் மண்ணித்தலை சிவன் கோயிலை விடவும் பிற்பட்டதாக இருக்கலாம் என்று கருதுகின்றனர். நாங்கள் சென்ற காலநேரத்தில் கௌதாரி முனை இடிபாடுகளைக் காண வழியில்லாமல் போனது வருத்தமாகவே இருந்தது.

இன்று வடபகுதியில் நிலைத்து நிற்கும் மிகப்பழைமை வாய்ந்த சோழர் காலக் கலைமரபில் ஆக்கப்பட்ட ஆலயமாக மண்ணித்தலைச் சிவாலயம் அமைந்திருக்கிறது. இது தவிர்த்து பூநகரியில் கல்முனை, வெட்டுக்காடு, ஈழவூர் ஆகிய இடங்களில் முதலாம் பாண்டியப்பேரரசுக் காலத்தைய பழனி என்று பொறித்த நாணயம், ஸ்ரீ ராஜராஜ என்ற பொறிப்புடன் கூடிய செப்பு நாணயம், அரேபிய நாணயங்கள் போன்றவை கிடைத்திருப்பது தொடர்ந்து இப்பகுதி வணிகப்பயன்பாட்டில் இருந்திருப்பதை தெளிவுபடுத்துகிறது. மேலும் இப்பகுதியில் பல்லவர் மற்றும் சோழர் காலத்து விஷ்ணு சிலைகளும், கருங்கல்லில் பொன் முலாம் பூசப்பட்ட விநாயகர் சிலையும் கண்டெடுக்கப்பட்டுள்ளன. இது மக்கள் குடியேற்றங்கள் இருந்தமையும் அதனைத் தொடர்ந்து சைவ வைணவ வழிபாட்டுத் தலங்கள் இருந்தமையும் காட்டுகிறது.

இப்படித் தொடர்ந்து தமிழகம் நோக்கிய இலங்கைத் தலைநிலத்தின் கரையெங்கும் காணக்கிடைக்கும் வரலாற்று

எச்சங்கள் இங்கே மேலும் சான்றுகளைத்தேட வேண்டிய அவசியத்தையும் கிடைத்தவற்றை முறையாகப் பாதுகாக்கும் பொருட்டு மக்கள் மத்தியில் விழிப்புணர்வு ஏற்படுத்த வேண்டியதன் அவசியத்தையும் வலியுறுத்துகின்றது.

கிடைத்த சொற்ப நேரத்தில் அந்த சிறு இடிபாட்டைச் சுற்றிப்பார்த்து கோபுர வடிவில் இருந்து தூண்களின் அமைப்பு வரை நாம் பார்த்துப்பழகிய சோழர் பாணி கட்டிட அமைப்பைச் சிலாகித்துக் கொண்டிருக்கையிலேயே, சந்நிதானத்தில் தனித்திருந்த லிங்கத்தைப் பூசித்துச் சுடச்சுட சர்க்கரைப் பொங்கலும் சுண்டலும் படைத்து, எங்களுக்கு அளித்தார்கள் அங்கே ஆலயப் பராமரிப்பிலிருந்தவர்கள். நிலவு மேலேறிய வானத்தின் அடியில், காற்றாட மணல் மேட்டில் அமர்ந்து கொண்டு அந்தப்பகுதி மக்கள் பிரசாதத்தை ரசித்து உண்பதைக்காண்கையில் வைகையாற்றங்கரையில் பவுர்ணமி நிலவில் சித்திரான்னம் உண்ட நினைவு வந்து போனது எனக்கு.

நள்ளிரவு தாண்டி யாழ்ப்பாணம் வந்தடைந்தோம். மீண்டும் ஒரு புதிய இலக்கு மறுநாள் காத்திருந்தது.

6 நெடுந்தீவு

இரண்டாம் நாள் அதிகாலையிலேயே நெடுந்தீவு நோக்கிய பயணத்துக்குத் தயாராகிவிட்டோம்.

யாழ்ப்பாண குடா நாட்டின் தென்மேற்கே அமைந்துள்ள ஏழு தீவுகளுள் ஒன்று நெடுந்தீவு. இது ஆணையிறவு அருகே குறுநிலப்பகுதி வழியாக வன்னி நிலத்தோடு இணைகிறது. நெடுந்தீவு பயணத்துக்காக விடியலிலேயே கிளம்பி யாழ்ப் பாணம் பேருந்து நிலையத்துக்குப் பால் அப்பங்களோடு நாங்கள் சென்று சேர்ந்த போது அங்கே பேராசிரியர் புஸ்பரட்ணம் அவர்கள் ஏற்கனவே வந்து எங்களுக்காகக் காத்திருந்தார்.

சாலைகளில் மக்கள் மிகுதியாகத் தென்பட்ட போதும் தமிழகத்துப் பேரூர்களின் காலை நேரத்து வாகன இரைச்சல் இல்லை. பணிக்குச்செல்லும் இளம்பெண்கள் புன்னகையோடும் பவுடர் பூச்சுகளோடும் ஏறி நிரம்பிய அரசுப்பேருந்தில், நாங்களும் ஏறிக் கொண்டோம். அந்த காலத்துப் பல்லவன் ட்ரான்ஸ்போர்டை நினைவு படுத்தியது அந்தப் பயணம். பேருந்தின் முதல் இருக்கை சமயச்சான்றோருக்கு என்ற இட ஒதுக்கீட்டைப்பார்த்து நான் விழிவிரிக்க மற்ற யாருக்கும் அது வியப்பைத் தரவில்லை போலும். கூட்ட நெரிசலில் கூட அதில் வேறு யாரும் அமர்வதில்லை என்றார்கள்.

இளங்காலை வேகக் காற்று முகத்தில் அறைய, ஒல்லாந்தர் கோட்டையைப் பேருந்திலிருந்து பார்த்தபடி மண்டைத்தீவு, வேலணை வழியாக புங்குடுத்தீவு சென்றடைந்தோம். மக்கள் போக்குவரத்து அதிகமற்ற சாலை வழியெங்கும் போரினால் கைவிடப்பட்ட இல்லங்கள், வாழ்வின் இழப்பைச் சொல்லிக் காட்டுவது போலச் சிதைந்து கிடந்தமை வலி பாய்ச்சாமல் இல்லை. அதே சமயம் வழிநெடுக பல பெயர்ப்பலகைகளில் வாசிப்பு நிலையங்கள் கண்ணில் பட்டது மனதுக்கு இதமாக இருந்தது. புங்குடுத்தீவில் நாங்கள் இறங்கிய சமயம் மிகச்சரியாக நெடுந்தீவு செல்லும் படகு புறப்படத்தயாராக நின்றது.

குமுதினி

நாங்கள் ஏறிய படகு குமுதினி என்ற பெயர் கொண்டது. முதல் முறை செல்லும் எங்களுக்குத்தெரிய வாய்ப்பில்லை என்றெண்ணியவராய், இந்தப்படகின் பின்னணியில் ஆழமான சோகக்கதையொன்று உள்ளதென்று சொல்லத்துவங்கினார் உடன் வந்த நண்பர் ஒருவர்.

1985இல் சிங்கள வீரர்கள் கையால் கைக்குழந்தை, பெண்கள் உட்பட 36 தமிழர்கள் இதே படகில் உயிரிழந்த துயரத்தை அவர் கண்ணீர் வற்றிய கண்களோடு விவரிக்க, யாம் பேச்சற்றுப் போனோம். உயிர் அத்தனை இலகுவாகப் போய்விட்டதென்றால் மானுடம் எதை நோக்கித்தான்

பயணிக்கிறதென்ற கேள்வி மனதைக் குடையத்துவங்க, வழக்கம் போலவே கவனம் திருப்பக் கடலை வெறிக்கத்துவங்கினேன். அன்றைய இழப்பை இன்றும் மனதில் தாங்கிக்கொண்டு வாழும் அந்நிலத்து மக்களையும், யாவற்றையும் வாங்கித் தன் அடிமடியில் கிடத்திக்கொள்ளும் அந்தக் கடலும் போலவே குருதிக்கரை படிந்த குமுதினியும் இன்று வரை மவுனமாகக் கடலோடி வருகிறாள்.

நெடுந்தீவில் இறங்கிய உடனே முதன்மைத்தெருவிலேயே வாசலில் நின்று முகமன் கூறுவது போல அமைந்திருக்கிறது ஈழத்துத் தமிழறிஞரும் கல்வியாளருமான திரு.தனிநாயகம் அடிகளார் அவர்களின் திருஉருவச்சிலை. இவரது பூர்விகம் இந்த நெடுந்தீவு தான். எளிமையான துவக்கத்தைக்கொண்ட இவர் தமிழுக்காகச் செய்த பணிகள் அளப்பரியன. ஆங்கிலம், இலத்தின், இத்தாலியம், பிரெஞ்சு, ஜெர்மன், இஸ்ப்பானியம், போத்துக்கீயம், உருசியம், கிரேக்கம், இபுரு, சிங்களம், தமிழ் என்று மொழிகள் பல கற்ற மொழியறிஞர். ஆசிரியராகக் கல்விப்பணியில் துவங்கிப் பின்னர் தமிழின் மீது பற்று கொண்டு தமிழ் கற்றுத் தன் வாழ்வையேத் தமிழ்ப்பணிக்காக அர்ப்பணித்தவர் தனிநாயகம் அடிகளார். புனித வத்திகன் பல்கலைக் கழகத்தில் முனைவர் ஆய்வுக்காக உழைத்தபோது பன்மொழி அறிஞர்களின் பழக்கம் ஏற்பட்டது. பிறகு பல ஐரோப்பிய நாடுகளுக்குப் பயணம் செய்து அங்குள்ள நூலகங்களில் தமிழ்க் கையெழுத்துப்பிரதி நூல்கள், மற்றும் அச்சிடப்பெற்ற தமிழ் நூல்களைத் தேடிக் கண்டெடுத்துத்தந்து தமிழுக்கு பெருங்கொடை செய்தார். இந்தியாவிலும் இலங்கையிலும் மலேசியாவிலும் தமிழ்ப்புலத்தில் பேராசிரிய ராகவும் துறைத்தலைவராகவும் பணியாற்றிய இவர் **1964**இல் தன்னைப்போலத் தமிழ் பால் தனிப்பற்று கொண்ட அறிஞர்களோடு இணைந்து உலகத்தமிழாராய்ச்சி நிறுவனம் உருவாகக் காரணமானார். தான் பணியாற்றிய மலாயா பல்கலைக் கழகத்திலேயே முதலாவது உலகத்தமிழாராய்ச்சி

மாநாடு நடத்தினார். அன்னாரின் தமிழ்ப்பணியை அடிக்கடி சிலாகித்துப்பேசும் தமிழார்வலர்களான எங்களுக்கு அவரது பூர்விக நிலத்தில் நிற்கிறோம் என்ற எண்ணமே பேருவகை அளித்தது.

வணக்கம் செலுத்திக்கொண்டிருக்கையில் வந்து சேர்ந்த அகழாய்வுத்துறையினர் எங்களை விருந்தினர் இல்லம் அழைத்துச் சென்றனர். அங்கே எங்களுக்கு பெயர் தெரியாத மரத்தின் இலையில் வேகவைத்த வள்ளிக்கிழங்கும் தேங்காய் சம்பலும் வைத்துப் பரிமாறினார் ஒரு உள்ளூர் அன்பர். பதின்ம வயதுகளில் ஊர்க்கோயில் கொடையின் போது ஆலிலையில் இப்படிச் சுட்டும் இட்டும் தின்ற நினைவு வந்தது.

பின்னர் தமிழ் மரபு அறக்கட்டளை சார்பாகப் பேரா. புஸ்பரட்ணம் அவர்களிடம் இலங்கையின் தொல்லியல் ஆய்வுகள் பற்றிய விரிவான காணொளிப் பதிவுகள் எடுக்கப் பட்டன.

அதன்பின் எங்களது ஆய்வுப்பயணம் தொடங்கியது. முதலில் டச்சுக்காரர்கள் காலத்தில் கட்டப்பட்டதான வைத்தியசாலையும் அதில் அமைந்திருந்த புறா மாடத்தையும் பார்வையிட்டோம். மேற்கத்தியர் காலத்தில் தூது செல்ல புறாக்கள் அதிகமாக பயன்படுத்தப்பட்டமையால் அவற்றிற்காக இவ்வாறான புறா மாடங்கள் அமைப்பதும் அவர்களுக்கு இயல்பானதாக இருந்திருக்கிறது. இத்தகைய புறாத்தூது 1988 வரை வழக்கத்தில் இருந்திருக்கிறது. மேற்திக்கில் எகிப்தியர் காலந்தொட்டு பயன்பாட்டுல் இருக்கும் நூதனமான இத்தகையப் பறவை

மாடங்களை அமைக்கும் வழக்கம் கீழ்த்திசைக்கடல் தேசங்களிலோ, அல்லது செங்கால் நாரையைத் தூதுவிட்ட நம் தமிழ்ப் பண்பாட்டிலோ இருக்கவில்லை என்பதை வியப்போடு நினைத்துக் கொண்டேன்.

மதிய உணவுக்காக நெடுந்தீவுவாசியான திரு கணபதி அவர்கள் இல்லம் சென்றோம். பனைமரக் காடுகளுக்கு மத்தியில் குடிலமைத்து தம் மனைவி மக்களோடு வாழ்ந்து வரும் ஓய்வு பெற்ற தபாலதிகாரியான இவர் எங்களுக்காக நண்டும் மீனும் இன்ன பிறவும் சேர்ந்து ஒடியல் கடல் கூழ் தயார் செய்து கொண்டிருந்தார்.

காயவைத்த பனங்கிழங்கை உடைத்து ஒடியல் மா செய்யப்படுகிறது, இதைச் சேர்த்தால் தான் இந்தக்கூழுக்கு அந்தத் தனித்த சுவை கிட்டும் என்கிறார்கள். பனை ஓலைப் பிளாவில் அதை ஊற்றி, பனங்கிழங்கு உருளைகளோடு உண்ணக்கொடுத்தார்கள். நான் மீன் எடுப்பதில்லை என்று எனக்குச் சோறும், பருப்பும், கொத்தவரங்காய் பிரட்டலும் கிடைத்தது. அருமையான பதத்தில் சுவையான உணவு. கணபதி அவர்களோடு உரையாடியதில் அவரது குடும்பத்தில் பலரது பெயர்களும் என் குடும்பத்துப் பெயர்களாக இருப்பது கண்டு நீங்கள் என் மூதாதையர் உறவாய் இருக்கப்போகிறீர்கள் தாத்தா என்று நான் வேடிக்கையாகச் சொல்லவும் அவருக்கு முகமெலாம் ஒளி கூடியது. சொந்தம் தானம்மா என்று சந்தோஷமாகச் சொல்லிக்கொண்டார். உண்டு களித்து உறவாடியபின் மீண்டும் தொடர்ந்தோம் பயணத்தை.

அங்கிருந்த தொல்லியல் சிறப்பு வாய்ந்த இடம் ஒன்றிற்கு எங்களை அழைத்துச்சென்றார் பேராசிரியர் புஸ்பரட்ணம் அவர்கள்.

புத்த கட்டுமானமும் வெடியரசன் கோட்டையும் 7

ஏறத்தாழ 15-20 ஏக்கர் நிலப்பரப்பில் வெடியரசன் கோட்டை என்று அழைக்கப்படுகிற இந்தக் கட்டுமான எச்சம் இருக்கிறது.

சற்றே எழும்பிய நிலத்தில் வட்டவடிவில் பீடத்தோடு பெரிய தூபியின் அடித்தளம் போன்ற நிலையில் இருந்த அது, அங்கிருந்த மூன்று தூபிகளில் அளவில் பெரியதாகும். அதன் அடித்தள நடைபாதையில் சுற்றி வருகையில் பதிகற்களாய்ச் சில கல்வெட்டுகளையும் கண்டோம். அவற்றில் இரண்டு 14-15 நூற்றாண்டுத் தமிழிலும் ஒன்று 1-2ஆம் நூற்றாண்டைச்சேர்ந்த ப்ராமியிலும் இருந்தன. பேராசிரியர் இவை தூபிகளல்ல பவுத்த தேரோக்களின் நினைவிடங்களாக இருக்கலாம் என்ற தனது கருத்தை முன்வைத்தார். துட்டகாமினி காலத்தில் பியகுகதிச என்று சொல்லப்பட்ட பியங்கு தீவ திஸ்ஸன் என்ற தேரர் வாழ்ந்த பகுதியாக இது இருக்கலாமோ என்று தோன்றியது.

இந்த தேரர் குறித்தும் சங்கத்தார் பலர் இங்கே வாழ்ந்திருந்தது பற்றியும் பவுத்தக் கதைகள் பல இருக்கின்றன. எனினும் இதற்கு வெடியரசன் கோட்டை என்ற பெயர் எப்படி வந்தது என்பது எங்களுடைய கேள்வியாக இருந்தது.

இவ்விடம் 2ஆம் நூற்றாண்டைச்சார்ந்த தமிழ் மன்னனான விஷ்ணுபுத்திர வெடியரசன் என்பவனது கோட்டை என்றும் நம்பப்படுவதாக பேராசிரியர் தெரிவித்தார். இவனது பெயரில் நயினாத்தீவில் வீதி ஒன்று இருப்பதாயும் சொல்கிறார்கள். எனினும் இதற்கான உறுதியான வரலாற்றுச்சான்று ஏதுமில்லை. ஆனால் இந்த வெடியரசன் குறித்த சுவாரஸ்யமான கதையொன்று உண்டு. அதற்கு நாம் சிலப்பதிகாரத்தை அடியொற்றி எழுதப்பட்ட கண்ணகி வழக்குரை கதைக்குள் செல்ல வேண்டும்.

இந்த நூலில் வரும் கடலோடு காதை சொல்லும் கதை இது தான். சிலம்பு நாயகி கண்ணகியின் தந்தையான மாநாயகனையும் (கடல் சார் வணிகன்) அவனது நண்பன் மாசாத்துவனையும் (நிலம் சார் வணிக்குழு/சாத்து தலைவன்) நாம் அறிவோம். இந்த மாநாயகன் கண்ணகிக்குச் சிலம்பு செய்ய நாகமணி வேண்டி மீகாமன் என்பவனை இரத்தினத்தீவுக்கு

அனுப்பி வைக்கிறான். சாலமன் காலத்திலேயே இலங்கை நோக்கி இரத்தினம் தேடிக்கப்பல்கள் வந்தன என்கிறது வரலாறு. அப்படி இரத்தினம் தேடி இலங்கைக்கு வணிகர்கள் வரும் இடம், சிவந்த மாணிக்கங்கள் கிடைக்கும் புங்குடுத்தீவு பகுதி தான். கிரேக்க, சீன, அரேபிய நாடோடிக் கதைகள் புங்குடுத்தீவை, 'குங்குமத்தீவு' எனச்சொல்ல, மணிமேகலை இதை இரத்தினத் தீவகம் என்று சொல்கிறது. இத்தகைய தீவில் நாகமணி எடுக்க மீகாமன் வருகையில் அவனை இங்கே இருக்கும் பரதவத் தலைவனான அதியரசன்(வெடியரசன்) எதிர்க்கிறான். போரில் மீகாமன் அவனையும் அவன் சகோதரர் களையும் வென்று நாகமணியை எடுத்துச்செல்கிறான் என்கிறது கதை. அந்த வெடியரசன் வாழ்ந்த பகுதியே இந்த இடம் என்ற நம்பிக்கை இன்றளவும் இருந்து வருகிறது.

தீவின் வேறு பல இடங்களில் இருந்து தொல்லியல் சான்றுகள் பல கிடைத்திருப்பதாயும் மேற்குப்பகுதியில் சோழர் காலத்து இடிபாடொன்று இருப்பதாகவும், இன்னும் பல இராணுவ கட்டுப்பாட்டில் இருக்கும் நிலப்பகுதியில் இருப்பதால் அவற்றை நம்மால் பார்வையிட முடியாத நிலை என்றும் பேராசிரியர் தெரிவித்தார்.

மலர்விழி பாஸ்கரன்

8 ஒல்லாந்தர் கோட்டை

கடல் வாணிபத்தில் வந்து வணிக மேலாண்மைக்காக இலங்கையின் பல பகுதிகளையும் கைப்பற்றிய போர்த்துகீசியர் மற்றும் டச்சு ஆதிக்கத்தில் நெடுங்காலம் இருந்தது நெடுந்தீவு. அதன் எச்சங்களாக இன்று நிற்கும் கட்டுமானங்களுள் ஒன்று தான் கடலைப் பார்த்தபடி இருக்கும் ஒல்லாந்தர்/ டச்சுக்கோட்டை.

இது ஒல்லாந்தர் கோட்டை என்றே பரவலாக நம்பப் படுகிறது. எனினும் ஒல்லாந்தர் ஆவணங்களில் இத்தகைய கோட்டை இருந்ததற்கான ஆதாரங்கள் இல்லை என்றும் அதே சமயம் போர்த்துகீசியர் பற்றிய குறிப்புகளில் நெடுந்தீவில் அவர்களது தலைமையகமாக விளங்கிய ஈரடுக்குக் கோட்டை பற்றிய குறிப்புத் தென்படுவதால் இது போர்த்துகீசியர் கட்டிப் பிற்காலத்தில் ஒல்லாந்தர் பயன்பாட்டில் இருந்திருக்கலாம் என்றும் பேராசிரியர் கருத்துரைத்தார். இது பற்றி தமிழ் மரபு அறக்கட்டளையின் விழியப்பதிவு ஒன்றும் எடுக்கப்பட்டது.

குதிரை லாயமும் பெருக்கு மரமும்

ஒல்லாந்தர் காலத்தில் அரேபிய தேசத்திலிருந்து தனித்துவமான குதிரைகளை இறக்குமதி செய்து வளர்த்தனர். அவற்றின் பராமரிப்புக்காக்க கட்டப்பட்ட விசாலமான குதிரை லாயமும் காணக்கிடைத்தது. 300 மீட்டர் நீளமும் 50 மீட்டர் அகலமுமாய் இருக்கின்ற இந்தக் குதிரை லாயத்துக்குள் ஒரு சேர பல குதிரைகளைப் பராமரிக்கும் வகையில் வரிசையாகத் தூண்கள் நிற்கின்றன. அதைப்பார்த்த உடன் ஏனோ மதுரையின் யானைக் கட்டித்தூண் என் நினைவுக்கு வந்தது. இவற்றின் அருகிலேயே பராமரிப்பு அலுவலறை போன்றதொரு கட்டிட இடிபாடும் இருக்கிறது. இன்றளவும் அந்தக்குதிரைகளின் வழிவந்த அழகுப்பரிகள் அங்கே திரிவதைக் காணமுடிகிறது.

ஒல்லாந்தரின் வருகையோடு வந்தது குதிரைகள் மட்டுமல்ல மற்றொரு வியத்தகு அம்சமான பெருக்கு மரமும் தான். முதல் பார்வைக்கு விழுதுகளற்ற ஆலமரம் போலத்தெரிந்தது. அடிமரத்தைக் குடைந்தால் ஒரு குடித்தனமே வைக்கலாம் போலப் பெரிதாக இருக்கிறது. இதுவும் இங்கே தொல்லியல் சின்னமாகப் பாதுகாக்கப்படுகிறது.

அந்தி மயங்கிய நேரத்தில் வரியோடிய நீலத்திரைகடல் தன்னுள் ஒளித்து வைத்திருக்கும் ஆயிரமாயிரம் வெற்றியின் நினைவுகளையும், தோல்வியின் ரணங்களையும், உலகறியா இரகசியங்களையும் நினைத்து பெருமூச்செறிந்தபடி விசைப் படகில் புங்குடுத்தீவு நோக்கித் திரும்பினோம். அங்கே பேருந்துச் சேவை முடிந்திருந்த நிலையில் தனியார் வாகனம் ஒன்றை இருத்தி யாழ்ப்பாணம் வந்தடைந்தோம்.

மறுநாள் செல்லவிருந்த யாழ் நூலகத்தை மனதில் இருத்தியபடி உறங்கிப் போனோம்.

மந்திரி மனை 9

சங்கிலியன் என்னும் 15ஆம் நூற்றாண்டுத் தமிழ் மன்னன் இலங்கை வரலாற்றில் முக்கிய இடம் வகிப்பவன். நல்லூரில் ஆட்சி செய்த இவன் போர்த்துகீசியருக்கு எதிராக பலமாகக் குரல் கொடுத்தவன். இவனது மந்திரியின் அரண்மனை தான் மந்திரிமனை என்ற பெயரோடு இப்போதும் நிற்கிறது. திராவிடக்கட்டுமானத்தில் இரண்டு தளங்களுடன் அழகுற இருந்தது அம்மாளிகை.

டச்சுக்காரர்கள் தம் காலத்தில் இதை புணரமைத்துக் கொண்டதால் இப்போது இருவிதமான கட்டுமான அழகையும் தாங்கி நிற்கிறது. பெரும் இரும்பு பாதுகாப்புப்பெட்டகம் வைக்கும் வசதியுடனான அறை, காற்றோட்டமான அடுக்களை, அருகிலே கிணறு, கிணற்றின் அருகே நிலாவறை வழியே சுரங்கம் என்று மிகவும் சுவாரஸ்யமான மாளிகை. சுவரெங்கும் விஷமிகளின் கிறுக்கல்களையும் மீறி அந்த இடத்தின் சாரம் அழுத்தமாக நம்முள் பதிந்தது.

அங்கிருந்து நல்லூர் முருகனைக் காணச் சென்றோம்.

நல்லூர் கந்தசாமிக்கோயில்

பொன்வண்ணப்பூச்சில் அருமையான திராவிடக்கட்டுமான மாக கம்பீரமான தோற்றப்பொலிவோடு நின்றது நல்லூர் கந்தசாமிக்கோயில்.

மூலக்கோயிலின் காலம் 10ஆம் நூற்றாண்டு என்பர்.

மதுரையைப்போல கோயிலை நடுவே வைத்து நாற்புறமும் வீதிகளும் சுற்றங்களும் கோட்டை மதிலுமாய் நான்கு புற வாயில்களோடு ஒரு காலத்தில் இருந்த நல்லூர் நகரம், அன்றைக்குச் சிறப்புப் பெற்ற யாழ் அரசின் தலைநகராக இருந்திருக்கிறது. பதினேழாம் நூற்றாண்டில் போர்த்துகிசீயர்கள் வரும் வரை நல்லூர் ராஜதானியின் தலைமையாக இருந்து செயல்பட்டிருக்கிறது.

சிறப்பு மிக்க அந்தக்கோயிலை அழித்து சர்ச்சுகள் மற்றும் இன்ன பிற கட்டுமானங்களையும் ஏற்படுத்திக் கொண்டனர் போர்த்துகீசியர்கள். தற்போதுள்ள ஆலயம் பிற்காலத்தில் எழுப்பப்பட்டு 1890களில் ஆறுமுக நாவலரின் திருப்பணியால் புணரமைக்கப்பட்டு நிற்கிறது.

தரிசனம் முடித்து தமிழ் மரபு அறக்கட்டளையின் இலங்கைக் கிளை ஏற்பாடு செய்திருந்த கொக்குவில் இந்துக்கல்லூரியில் ஒரு சிறிய நிகழ்வில் பங்கேற்றோம். அங்கிருந்து நாக விகாரைக்குச்சென்றோம்.

நாக விகாரை 10

புதுப்பொலிவோடு காட்சி தரும் ஒரு பண்டைய பவுத்த வழிபாட்டுத்தலம் இந்த நாக விகாரை.

இதன் மூலக்கட்டுமானத்தின் காலம் பொ.உ.மு. 3ஆம் நூற்றாண்டு என நம்பப்படுகிறது. பவுத்தம் பரப்ப மகாபோதிக்கிளையோடு வந்த தேரி சங்கமித்திரையும் தேரோ மகிந்தனும் இங்கே தங்கியதாகவும் அப்போது யாழ் நிலத்தை ஆண்ட நாக அரசனின் வேண்டுகோளுக்கிணங்க போதியின் கிளையை இங்கே ஒரு வார காலம் வைத்திருந்ததாகவும் கூறப்படுகிறது. பின்னர் அது தேவனாம்பிய திஸ்ஸவின் ஏற்பாட்டில் அநுராதபுரம் செல்கிறது. இந்தச் சிறப்பைப் பெற்றதால் இது பவுத்த மக்களின் அன்புக்குரிய புனிதத்தலமாகிறது.

கோயிலின் உள்ளே அமைதியும் சாந்தியும் தழும்பும் புத்த உருவங்கள் ஆங்காங்கே நம்மைப்பார்த்துச் சிரிக்கின்றன. ஆலயச்சுவரெங்கும் அழகிய வண்ணங்களில் பவுத்த ஜாதகக் கதைகளின் ஓவியங்கள். முழுமையான அமைதியில் பத்து நிமிடங்களைக் கரைத்தபின் நிர்மலமான மனதோடு வெளியேறினோம். மத நல்லிணக்கத்தை வலியுறுத்தும்

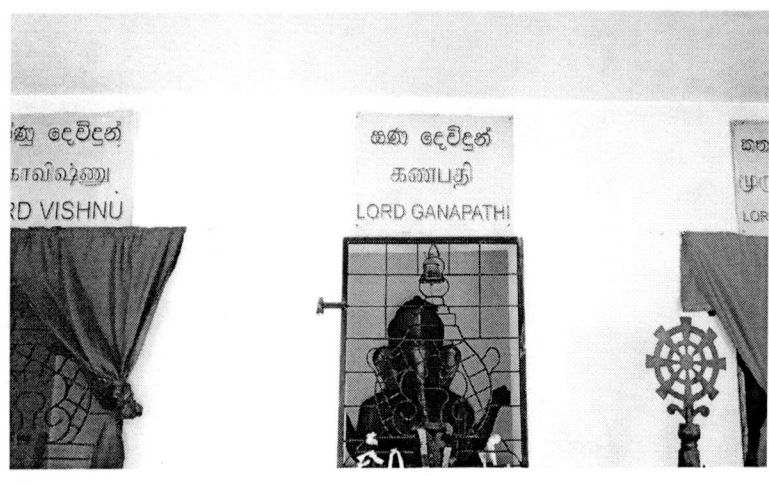

விதமாக நாக விகாரைக்குள் பரிவார மூர்த்திகளாக கணபதி, அம்மன், விஷ்ணு, கந்தன் போன்ற இந்து தெய்வ உருவங்கள் வைக்கப்பட்டு உள்ளன. அண்மையில் சிவலிங்கம் ஒன்றும் இதில் சேர்ந்துள்ளது பாராட்டுக்குரியதாகத் தோன்றியது.

இதையே இந்துக் கோயில்களிலும் சர்ச்சுகளிலும் பின்பற்றினால் நலமாக இருக்கும் என்று எண்ணியபடி அங்கிருந்து கிளம்பினோம்.

யாழ் நூலகம் 11

சோலைப்பின்னணியில் வீழ்வெனென்று நினைத்தாயோ என்று சொல்வது போல பிரம்மாண்டமாக நின்றது யாழ் நூலகம். வாயிலிலேயே வீணையோடு சரஸ்வதி சிற்பமாய் சிரித்து வரவேற்கிறாள். இந்த நூலகத்தின் கதை சோகத்தையும் மீறி மனதில் அறிவின் மீதும் தமிழின் மீதுமான நம்பிக்கையை வளர்க்கக்கூடியது. 1934இல் செல்லப்பா என்கிற ஒரு தனி மனிதரால் ஒரு வாசிப்பு அறை துவக்கப்படுகிறது. மெல்ல மக்கள் மனதில் குடியேறி புத்தகங்கள் குவிய அது சிறு நூலகமாகிறது. யாழ் மக்களோடு, வணிகர்களும், மெட்ராஸ் பைபிள் சங்கம், கொழும்பு இஸ்லாமியர் சங்கம், யாழ் வணிகர்கள் சங்கம் போன்றோர் பெரிய அளவில் பங்களிக்கத் துவங்கினர். இதனால் 1959இல் பெரிய அளவிலான நூலகமாக இது திறந்து வைக்கப்பட்டது. அன்றைய காலத்தின் தெற்காசியாவின் மிக அதிகமான புத்தகங்கள் கொண்ட நூலகமாகச் சிறப்புப்பெற்றது யாழ் நூலகம்.

1981இல் ஒரு மோசமான இரவில் ஐக்கிய இந்து முன்னணிக் கட்சியின் பேரணியில் நடைபெற்ற துப்பாக்கிச் சூட்டுக்கு எதிர்ப்பாக இரவோடு இரவாக அன்றைய இலங்கை அரசு வன்முறையைக் கட்டவிழ்த்தது. பல லட்சம்

தமிழர்களின் கடைகளும் வீடுகளும் தமிழ்த்தலைவர்களின் சிலைகளும் தமிழ்ப் பத்திரிக்கை அலுவலகம் என்று பன்முகத் தாக்குதலில் யாழ் நகரமே தீக்கிரையானது. அப்போது அறிவுக் கருவூலமான இந்த யாழ் நூலகமும் எரியூட்டப்பட்டது. சுமார் ஒரு இலட்சம் புத்தகங்களும், மிகுந்த சிரமத்தின் கீழ் சேகரிக்கப்பட்டுப் பேணிப்பாதுகாக்கப்பட்டு வந்த அரிய சுவடிகளும் தீக்கிரையாயின. தமிழ் மக்கள் தம் அறிவுலகமே இருண்டது போலத் துயருற்றனர். ஒரு இனத்தின் மீது செலுத்தப்படும் மிக மோசமான வன்முறை அவ்வினத்தின் அறிவுக்கருவூலத்தின் மீது நடத்தப்படும் வன்முறை தான். அந்த வகையில் மீளாத்துயரில் ஆழ்ந்தனர் யாழ் மக்கள். என்றாலும் விரைவிலேயே மீண்டனர். ஒரு வருடத்துக்குள் நூலகத்தைச் சரிசெய்து புத்தகங்களைச் சேர்க்கத் துவங்கினர், ஆனால் 1983இல் நடைபெற்ற இனக்கலவரத்தில் குண்டு மழையில் சிக்கி பொத்தல்களோடு கூடாகி நின்றது நூலகம், மீண்டும் 1985லும் வன்முறையைச் சந்தித்தது. அதனைத்தொடர்ந்து இருபது ஆண்டுகள் கழித்து 2003இல் தமிழர் தம் பெருமுயற்சியால் இந்த நூலகம் புதிதாகத் திறக்கப்பட்டிருக்கிறது.

தன் கறுப்பு வரலாற்றையெல்லாம் பின்னுக்குத் தள்ளிவிட்டு பொலிவோடு நின்று இளையோரை வாசிக்க இழுத்துக்கொண்டு சுறுசுறுப்பாய் செயல்பட்டு வருகின்ற நூலகத்தில் இருந்து வெளியேற எங்களுக்கு மனதே இல்லை. இங்கே அண்மையில் இந்திய அரசு சார்பில் ஐம்பதினாயிரம் புத்தகங்கள் அனுப்பப்பட்டிருக்கின்றன. இதற்காக நூலகத்தின் ஒரு பகுதி இந்தியப் பகுதியாகவே ஒதுக்கப்பட்டுள்ளது. மறைந்த திருமிகு அப்துல் கலாம் ஐயா அவர்களின் திரு உருவத்தைச் சுற்றிலும் புத்தகங்கள் சுவர்களாய் எழும்பி நிற்பதைக் காண்கையில் மனம் நிரம்பி வழிந்தது. அதன் பிறகு சுண்ணாகம் நூலகத்தில் ஏற்பாடு செய்யப்பட்டிருந்த ஒரு நிகழ்வில் கலந்து கொண்டு மாலை தேய்ந்து இருள் ஏறிய வேளையில் தான் எங்களால் கந்தரோடை செல்ல முடிந்தது.

கந்தரோடை 12

மின்சாரக்கம்பி வேலிக்குப்பின்னே அழகிய பெரும் அரைக்கோளக் குன்றுகள் இருளில் யானைக்குட்டிகள் உறங்கிக் கொண்டிருப்பது போன்ற மாயத்தோற்றத்தை ஏற்படுத்தின. மிக நேர்த்தியான கட்டுமானத்தில் கந்தரோடை தென்பட்டது. பலவகையிலும் இது இந்தோனேசியாவின் ஜோக்ஜகர்தாவை எனக்கு நினைவூட்டியது.

கந்தரோடை இலங்கை தொல்லியல் களத்தில் சிறப்பான இடத்தைப் பிடிக்கும் தளங்களுள் ஒன்று. இது யாழ் மாவட்டத்தின் பழமையான தொல்லியல் தளம் என்ற சிறப்பையும் பெறுகிறது. இந்த நிலப்பகுதி ஒரு காலத்தில் கதிரமலை என்ற பெயரால் அழைக்கப்பட்டிருக்கிறது. விஜயன் இலங்கையில் அரசு அமைக்கும் பொழுது நான்கு எல்லைகளில் சிவாலயங்கள் எழுப்பினான் என்றும் கதிரையாண்டவர் கோயிலும் எழுப்பினான் என்று சொல்கிறது மகாவம்சம். இதனால் கதிரைமலை என்று சொல்லப்பட்ட கந்தரோடையில் பன்னெடுங் காலமாகவே சிறப்புபெற்ற ஆலயம் இருந்தமை புலனாகிறது. அது போலவே 1970ல் இங்கே செய்யப்பட்ட அகழ்வாய்வில் கண்டெடுக்கப்பட்ட வேல் சின்னமும்,

நாணயங்களில் காணப்படும் வேல என்ற பொறிப்பும் கவனிக்கத்தக்கது. ஏற்கனவே ஈழமெங்கும் பெருங்கற்கால கலாச்சாரத்தில் சங்க இலக்கியம் சொல்லும் திணைக் கோட்பாடு வழக்கில் இருந்தது அறிஞர் தம் துணிபு. இந்த நிலையில் கந்தரோடையில் கிடைக்கும் வேல் சின்னங்கள் இங்கு சங்கம் சொல்லும் வேலன் வழிபாட்டை முன்னிறுத்துகிறது. இந்த வேல் மரபே இலங்கையில் கதிர்காமம், மண்டூர், செல்வசந்நிதி ஆகிய இடங்களில் இன்னும் இருக்கிறது. ப.584, சி.க. சிற்றம்பலம் (1993, யாழ்) யாழ்நிலத்தில் தலைநகராகச் செயல்பட்ட சிறப்பு வாய்ந்த வணிகப் பெருநகரமொன்று இங்கே இருந்திருக்க வாய்ப்பிருக்கிறது என்றும் இது பன்னெடுங்காலமாகத் தொடர்ந்த மக்கள் பயன்பாட்டில் இருந்த நிலம் என்றும் இங்கே அகழாய்வில் கிடைத்த அரிய சான்றுகள் கொண்டு தொல்லியல் அறிஞர்கள் நிறுவ முயல்கின்றனர்.

அவ்வகையில் இது மூவாயிரத்தில் இருந்து குறைந்தது இரண்டாயிரத்து ஐநூறு ஆண்டுகளுக்கு முற்பட்ட வரலாற்றைச் சொல்லும் இடமாகிறது. (K.Indrapala, 2006) இங்கே மொத்தம் இருபத்திரண்டுத் தூபிகள் இனங்காணப்பட்டன. இவற்றின் உள்ளே இறந்த பௌத்த குருமாரின் அஸ்திகள் கற்பேழைகளில் வைக்கப்பட்டுள்ளன. அழியும் நிலையில் இருந்தத் தூபிகளைத் தொல்லியல் நெறிமுறைகளில் இருந்து விலகிப் பழைய வடிவத்தை கொண்டுவரும் முயற்சியில் பழையன விட்டு புதிய கற்களைக்கொண்டு ஒரு யூகத்தின் அடிப்படையிலேயே புனரமைக்கப்பட்டுள்ளதாகச் சொல்லப்படுகிறது.

செம்பு ஆணிகள், சங்கு வளையல்கள், மோதிரங்கள், பிற அணிகல வகைகள், பல்வகை நிறங்களிலமைந்த மணி மாலைகள், நாணயங்கள் ஆகியனவும் இங்கு மேற்கொள்ளப்பட்ட அகழ்வின் போது கிடைக்கப் பெற்ற பிற பொருட்களாகும். இவற்றுள் தமிழி பொறித்த பானை ஓடுகள், நாகம் பொறித்த நாணயங்கள், கருங்கல் அம்மி, லட்சுமி உருவம் ஆகியவை பௌத்த காலத்துக்கு முந்தைய காலகட்டத்தைச் சேர்ந்தவை. இவற்றையெல்லாம் கவனிக்கும்பொழுது இலங்கையின் தமிழர் தொன்மை காலத்தால் முந்தியது என்பது தெரிகிறது.

எனினும் சிங்கள இன எழுச்சியின் காரணமாக இங்கே தமிழ் வரலாற்றின் தரவுகளை மறுத்து அந்தக் கால எல்லைக்குப்பிறகு சுண்ணாகத்தில் கிடைத்த காந்தார மரபைச்சேர்ந்த புத்தர் உருவம் போன்ற பௌத்தத் தரவுகளை மட்டும் பிரபலமாக்கி, கந்தரோடை கதுரகொட என்ற பெயர் கொண்டு பவுத்த மரபுச் சின்னமாக இன்று பராமரிக்கப்பட்டு வருகிறது.

அங்கே வைக்கப்பட்டிருக்கும் முழுக்க சிங்களத்திலான அறிவிப்புப் பலகையில், இது அநுராதபுரக் காலத்திற்கும் முன்பு புத்தர் இலங்கை வந்து சுளோதரனுக்கும் மகோதரனுக்கும் இடையிலான சண்டையைத் தீர்த்தபின் ஓய்வெடுத்த இடம் என்றும் பொலனருவை காலத்தில் சிறப்பான பௌத்த விகாரையாக இருந்த இவ்விடத்தை திராவிட எதிரி மன்னன் சங்கிலி சிதைத்து நாசப்படுத்தினான் என்று எழுதியிருக்கிறதாம். *(Samanth Subramanian, This Divided Island: Stories from the Sri Lankan War,2015)*

இங்கேயும் பலகாலமாகத் தமிழ் வரலாறு புதைக்கப்பட்டுப் புறக்கணிக்கப்பட்ட நிலையிலேயே இருக்கிறது என்று தெரிந்தது. வரும் காலங்களில் மாற்றம் நிகழும் என்று மக்கள் நம்புகிறார்கள். அந்த நம்பிக்கையோடே சிங்கள இராணுவ வீரர்கள் பாதுகாப்பில் நின்று கொண்டிருந்த பளிங்கு புத்தரை வணங்கி மீண்டோம். அருகே விட்டுவிடக்கூடாதென அனைவரும் சொன்ன நிலாவரைக் கிணற்றைக் காண வேகமாகச்சென்றோம்.

13 நிலாவரைக்கிணறு

சாதாரணமாக ஒரு இரும்புக்கிராதி கேட்டுக்குப்பின்னே சிறு கோயிலும் நீளமாக ஒரு சுற்றுச்சுவரும் தென்பட்டன. இருள் ஏறிவிட்டபடியால் கதவுகளடைத்து விட்டுக் காவலர் உள்ளே உறங்கினார் போலும். நாங்கள் பல நாடுகளில் இருந்து வந்திருக்கிறோம் என்று கதவருகே நின்று மன்றாடியதும் சிரித்தபடி வந்து கதவு திறந்துவிட்டார்.

உள்ளே முழுமையான சுற்றுச்சுவர்களோடு கூடிய பெரியதொரு கிணற்றைக்காட்டி இது தான் நிலாவரைக் கிணறு என்றார்கள். சிவன் கோயில் தெப்பக்குளம் போன்ற அமைப்பில் இருந்த அது இரண்டு பனை ஆழமாம். சில ஆண்டுகள் முன்பு இலங்கைக் கடற்படையின் நீர்மூழ்கி ரோபோக்கள் எடுத்த புகைப்படங்களை வாசலில் பார்வைக்கு வைத்திருந்தனர். உள்ளே எந்தக்காலத்தோ மூழ்கிய மாட்டுவண்டி ஒன்று டைட்டானிக் போல தண்ணீருக்குள் தனியாகக் கிடப்பது தெரிந்தது. இந்த நிலாவரைக் கிணறு நிலத்தடி நீரோடு நேரடியாக இணைப்பில் இருப்பதால் எந்தக்காலத்திலும் வற்றுவதில்லை. அதே போல இங்கிருந்து

பல சுரங்கங்கள் வழியாக நீரோட்டங்கள் பாய்வதாயும் தெரிகிறது, இந்த நிலவியல் அற்புதத்திற்கு இராமாயணத்தை வைத்து புனையப்பட்ட கர்ண பரம்பரைக் கதை ஒன்றும் உண்டு. இராமர் இலங்கை நோக்கி படையெடுத்து வந்த நிலையில் தன் வானரப்படையின் தாகம் தீர்க்க அம்பெய்து நிலத்தை பெயர்த்தார். அதனால் உருவான குளம் இது என்பது தான் அந்தக்கதை. இலங்கையில் சராசரி மானுடப் புரிதலுக்கு எட்டாத அற்புதங்களுக்கெல்லாம் இராமனோ இராவணனோ புத்தனோ விளக்கம் தருவது அன்றைய மக்களின் நம்பிக்கை சார்ந்த புரிதலையும் இந்த மூவரும் எவ்வளவு தூரம் இவர்களது வாழ்வில், நம்பிக்கைகளில் வேரூன்றி இருக்கிறார்கள் என்றும் காட்டுகிறது. இதனருகே மிகப்பழமையான சிவன் கோயில் ஒன்றும் உள்ளது, அது தட்சண கைலாய புராணத்தில் நவசைலேஸ்வரம் என்று குறிப்பிடப்பட்டிருப்பதாயும் சொல்கிறார்கள். *(Mirror, 2016)*

இரவு உணவை எடுத்துக்கொண்ட பின் வவுனியா நோக்கிப் பயணப்பட்டோம். வழியில் முறுகண்டி பிள்ளையாரையும் விடவில்லை நாங்கள். யாழ்ப்பாணம் - கண்டி புறவழிச்சாலையில் இடைப்பட்ட பயணத்தை நல்லபடியாக்க இந்த பிள்ளையார் அருள் புரிவார் என்று நள்ளிரவில் கூட வண்டியை நிறுத்தித் தேங்காய் உடைக்கத் தவறுவதில்லை ஓட்டுநர்கள். அதனால் பயண இலக்கணம் பிசகாமல் நாங்களும் அங்கே இறங்கி அவருக்கு ஒரு வணக்கத்தை வைத்துவிட்டு வந்தோம். பின்னிரவு வேளையில் தான் வவுனியா வந்தடைந்தோம். பழையபடி சிறீநகரில் தோழர் வீட்டில் தான் ஒய்வு. வழக்கப்படியே அந்த நேரத்திலும் எங்களுக்காக விழிப்போடு காத்திருந்தார்கள் அந்தத் தம்பதியர். விடியலுக்கு மிச்சமிருந்த சொச்ச நேரத்தையும் பயனாக்க உறங்கிக் கழித்தோம். மறுநாள் வரலாற்றுச் சிறப்பு மிக்க அநுராதபுரம் நோக்கிய பயணம் எங்களுக்காகக் காத்திருந்தது.

அநுராதபுரம் 14

நான்காம் நாள் அதிகாலையிலேயே தோழர் விருந்தோம்பலில் பிட்டும் சாம்பாரும் உண்டுவிட்டு வவுனியாவில் இருந்து அநுராதபுரம் புறப்பட்டு விட்டோம்.

இது இலங்கையின் வடமத்திய மாகாணத்தில் அமைந்துள்ள ஒரு நகரமாகும். பொ.உ.மு.*3*ஆம் நூற்றாண்டுக்கு முன்னிருந்தே பண்டைய இலங்கையின் தலைநகரமாகப் பெயரும், புகழும் பெற்று விளங்கியது இந்நகரம். மகாவம்சத்தின் கணக்குப்படி பொ.உ. மு *4*ஆம் நூற்றாண்டு விஜயனின் படையில் இருந்த அநுராத என்பவனால் நிர்மாணிக்கப்பட்ட இந்த நகரம் பொஉ.*11*ஆம் நூற்றாண்டு வரையில் நிலையான நீட்சி மிகுந்த அரசியல் மற்றும் வர்த்தகத் தலைநகராக விளங்கியிருக்கிறது .(*p.17, Anuradha Seneviratna (1994, Ancient Anuradhapura.)*

இரண்டாயிரம் ஆண்டுகளுக்கு முன்பே நிலையான அரசு அமைந்த நிலமாக, மகாவம்சம் சொல்லும் விஜயனின் வருகைக்கும் முன்பே தமிழ் அரசர்கள் ஆண்ட நிலப்பகுதியாக இருந்திருக்கிறது. மகாவம்சமே அந்த அரசர் பட்டியலையும் சொல்கிறது. கொற்றன் என்ற குதிரைமலை அரசர்களே அனுராத புரத்தை பொ.உ. மு.*177-155*வரை ஆண்டார்கள். அல்லி, எழினி பிட்டங்கொற்றன். குமணன் என்று நாக அரசர்கள் குதிரை மலையிலிருந்தும், ஆந்தை, ஆதனழிசி.

நல்லியற்கோடன். வில்லிஆதன் போன்றோர் மாந்தையிலும் இருந்தும் அரசாண்டார்கள் என அகநானூறு, புறநானூற்றுப் பாடல்கள் தெரிவிப் பதாக செ.இராசநாயகம் முதலியார் கூறுகிறார் . (*p.28,* பல்லவராஜ சேகரன் *(2007,* பல்லவராச்சியம்)

தமிழகத்தைச்சேர்ந்த வணிகச் சாத்துகள் பெருமளவில் இங்கே வசித்து வந்ததாக ஃபாஹியான் குறிப்பிடுகிறார். அநுராதபுரத்தில் வாழ்ந்த தமிழர்களே அங்கே யார் மன்னனாக வரவேண்டும் என்பதனை தீர்மானித்ததாகச் சூளவம்சம் கூறுகிறது. அந்த அளவுக்கு பெரும் பான்மைத் தமிழர்கள் வாழ்ந்த நிலப்பகுதி இது. வட இலங்கையில் மாந்தையில் துவங்கும் அருவியாறு (கதம்ப நதி / மல்வத்து ஓயா) இந்த அநுராதபுரம் வரை நீண்டிருப்பது இங்கே தொன்மையான குடியேற்றங்கள் நிலை பெற்றிடக் காரணமாயிருந்திருக்க வேண்டும். இங்கே பொ.உ.மு *900-600*ஆன இரும்புக்காலம் தொட்டே சிவப்பு கருப்பு மட்கலன்கள், தமிழி எழுத்துப் பொறித்த மட்பாண்டங்கள் என்று ஒவ்வொரு காலத்துக்குமான தொல்லியல் எச்சங்கள் கிடைக்கின்றன. வட இலங்கைப்பகுதியில் பெருங்கற்கால மற்றும் வரலாற்று தொடக்ககால தொல்லியல் சான்றுகள் அதிகம் கிடைத்த போதிலும் தமிழ்க் கல்வெட்டுகள் பதினோறாம் நூற்றாண்டில் இருந்து தான் கிடைக்கின்றன, அந்த வகையில் அநுராதபுரத்தில் பொ.உ. *9*ஆம், *10*ஆம் நூற்றாண்டுகளுக்குரிய தமிழ்க் கல்வெட்டுகள் காணப்படுவது இங்கே நினைவு கூரத்தக்கது. ஏறத்தாழ *15*நூற்றாண்டுகளின் ஒட்டுமொத்த எச்சம் தான் இன்றைக்கு *16* சதுர கிலோமீட்டர் பரப்பளவில் விரிந்து கிடக்கும் இன்றைய அநுராதபுரம்.

காலை பத்து மணி சுமாருக்கு அநுராதபுரம் வந்தடைந்தோம்.

அநுராதபுரத்தில் ஒரு நாள் மட்டுமே இருந்த படியால் விரைவாகச் செயல்பட வேண்டியிருந்தது. முதலில் நாங்கள் சென்றது பழைய அநுராதபுரம் இடிபாடுகள் என்று சொல்லப்பட்ட இடம்.

இது தொலுவில என்ற இடத்தில் அமைந்திருக்கக் கூடிய ஜேதவான விகாரை ஒன்றின் மிகவும் விஸ்தாரமான கட்டுமானக்கூட்டமாகும். ஒரு காலத்தில் ஆராமமாக (விகாரைத்தோட்டம்) இருந்திருக்கலாம் என்று அறிஞர்கள் கருதுகின்றனர். *(Anuradha Seneviratna, (1994, Ancient Anuradhapura))*

பசும்புல்லோடிய தரைகளில் ஆடித்திரிந்த மயில்களுக்கு மத்தியில் ஆங்காங்கு ஐம்பதற்கும் மேற்பட்ட சிறு கட்டிடங்களின் அடித்தளங்கள் வெளித்தெரிந்தன. வடக்கேயும், தெற்கேயும் இரண்டு சற்றே பெரிய கட்டுமானங்கள். வட திசையில் இருந்த கட்டுமானம் போதிகர (வெள்ளரசு வீடு) ஆக இருந்திருக்கலாம் என்று கருத இடமுண்டு.

தென் திசையில் இருப்பது புத்த உருவம் தாங்கியதாக இருந்திருக்க வேண்டும், சற்றே உயர்ந்த மாடத்தில் சிலாரூபத்துக்கான இடத்தோடு இருக்கிறது இது. இங்கே கண்டெடுக்கப்பட்ட சுமார் ஐந்தரை அடி உயர புத்தர் சிலை தான் அநுராதபுரத்தில் கிடைத்தவற்றிலேயே அழகானதென்று சொல்கிறார்கள்.

விக்ரகத்தின் அடியில் இருந்து ஒரு சிறிய வெண்கலச்சிலையும் எடுக்கப்பட்டதாகத் தெரிகிறது. *(Ibid.)* அது தற்போது கொழும்பு அருங்காட்சியகத்தில் வைக்கப்பட்டிருக்கிறது. அங்கே படித்தளத்தில் ஒரு கல்வெட்டும் நம் கண்ணில் பட்டது. யாம் சுற்றி வருகையில் அருகிலேயே 25குழி கொண்ட கற்பேழையும் காணக்கிடைத்தது. மூல விக்ரகத்தின் அடியில் இத்தகைய கற்பேழைகளில், திசை சார்ந்த மங்கல பொருட்கள் வைத்து மூடி அதன் மீது சிலையைப் பிரதிஷ்டை செய்வது இன்றும் பௌத்தம் மட்டுமல்லாமல் வேத ஆகமக் கோயில்களிலும் கடைபிடிக்கப்படும் ஒரு சடங்கென்பதை

நாம் அறிவோம்.

இதே போன்ற சூலம், மணிகள், பாதுகை மாதிரி- என்று பௌத்த நெறிப்படியான மங்கலப்பொருட்கள் வைக்கப்பட்ட கற்பேழையை மலேசியாவின் கெடா மாநிலத்தில் உள்ள பழமையான தொல்லியல் தளமான லெம்பா புஜாங் அகழாய்வுக்கூடத்தில் கண்ட நினைவு வந்தது.

தொலுவிலவில் இருந்து கிளம்பி அநுராதபுர வளாகத்துள் நுழைந்தோம். நுழைந்த உடனேயே இவற்றை அரை நாளில் பார்த்து முடிக்க முடியாது என்பதை உணர்ந்து வருந்தினோம். குறைந்தபட்சமாக மகாபோதி யாவது பார்த்துவிட்டுப் போகலாம் என்று அங்கே சென்றோம்.

மகாபோதி வளாகத்தை சமீபிக்கையில் அதன் அருகிலேயே மரத்துக்கடியில் மிக ரம்மியமான சூழலில் ஒரு தூபியின் இடிபாடு காணக்கிடைக்கவே முதலில் அங்கே சென்றோம். அது சிலாசேதிய / குஜ்ஜ திஸ்ஸ என்ற தூபி என்று அறிந்தோம். அநுராதபுரத்தின் மிகப்பழமையான கட்டுமானங்களுள் ஒன்று அங்கே புதைந்திருக்கலாம் என்று தெரிந்தது. தற்போது இடுபாடாய்க் காணக்கிடைக்கும் அத்தூபி பொ.உ. 8ஆம் நூற்றாண்டைச் சேர்ந்தது. இது காலத்தால் முந்தைய கட்டுமானத்தின் மீது எழுப்பப்பட்டிருக்கிறது என்பது அறிஞர் துணிபு .

எல்லாளன் நினைவுத்தூபி 15

பொ.உ.மு 119-109 காலத்துக்கதைகள் சில இதற்குச் சொல்லப்படுகின்றன. சத்தாதிஸ்ஸன் என்ற மன்னன் ஆட்சிக் காலத்தில் குஜ்ஜதிஸ்ஸன் என்ற சக்திவாய்ந்த தேரோ ஆகாய மார்க்கமாக இங்கே வந்திறங்கினார் என்ற கதை ஒன்று. புத்தர் தன் இலங்கை வருகையின் போது இந்த இடத்திலே தன் பாதம் பதித்தார் என்பது மற்றொரு கதை.

ஆனால் இவ்விரண்டும் தவிர்த்து இன்னொரு சுவாரஸ்யமாக கதையும் உண்டு. இந்தத் தூபி இருக்கும் இடம் கோட்டைக்குச் செல்லும் பழமையான பாதையின் அருகே என்பதால், துட்டகாமினியோடு போரிட்டு மாண்ட தமிழ் அரசன் எல்லாளனுக்காக துட்டகாமினி கட்டிய தூபியாக இது இருக்கலாம் என்பது தான் அந்தக் கதை. ஆனால் இது கர்ண பரம்பரைக் கதையல்ல அறிஞர்களின் தர்க்கரீதியான கருத்து. ஆயினும் இது எல்லாளனின் கல்லறை அல்ல என்றும்

மன்னர் மாளிகைக்கு அருகே அகழிக்கு அப்பால் உள்ள தக்கணத்தூபியே எல்லாளன் கல்லறை என்ற மாற்றுக்கருத்தும் உண்டு.

ஒரு பௌத்த மன்னன் தன் எதிரியே ஆனாலும் தன்னால் போரில் வீழ்த்தப்பட்டவன் எரியூட்டப்பட்ட இடத்தில் அவனுக்கொரு தூபி எழுப்பியிருக்கிறான் என்றால் அந்த இரு மன்னர்களின் மாண்பையும் சிலாகிக்காமல் இருக்க முடியவில்லை. இந்த எல்லாளனைத்தான் நமது மனுநீதிச் சோழன் என்கிறார்கள். இது சாத்தியமா என்பது கேள்விக்குறி. மனுநீதிச் சோழனைப்போலவே பசுவின் கன்றுக்காகத் தன் மகனைத் தேர்க்காலிலிட்ட கதையை இவன் மீது சூட்டுகிறது மகாவம்சம். இவன் சோழ வம்சத்தினன் என்றும் இவன் தவறான மதநம்பிக்கை கொண்டவனாயினும் (பௌத்தம் பின்பற்றாதவன்) 44 ஆண்டுகள் நீதி வழுவாத உத்தம ஆட்சி செய்தவன் என்றும் கூறுகிறது மகாவம்சம்.

அந்த இடத்தில் வேறெங்கும் இல்லாத ஒரு அசாத்தியமான நிம்மதி மிகுந்த அதிர்வலை சூழ்வதை அங்கு இருந்த யாவருமே உணர்ந்தோம் என்பதை இங்கே நினைவு கூர வேண்டியிருக்கிறது. நாங்கள் சென்ற சமயத்தில் அங்கே இளம் தேரிகள் சிலர் தாமரை இதழ்களை அள்ளித் தெளித்து மதுரமாய் பாளியில் மந்திரங்கள் சொல்லிக் கொண்டிருந்தபடியால் சூழல் இன்னும் நிர்மலமாக இருக்கவே அங்கேயே ஐந்து நிமிடங்கள் அமர்ந்திருந்தோம். பின்னரும் அகல மனமில்லாமல் விலகி, அங்கிருந்து மகாபோதி வளாகத்துள் நுழைந்தோம்.

மகாபோதி 16

பொ.உ.மு 250இல் புத்தரின் கோட்பாடுகளை உலகுக்கு உரைக்கும் உன்னதப்பணியில் அசோகனின் மகன் மஹா தோரோ மஹிந்தன் வந்து வழி நடத்தியபின் பௌத்தம் தழுவியவன் தேவனாம்ப்ய திஸ்ஸன் (தேவநம்பியதீசன்)எனும் மன்னன். இது மகாவம்சம் சொல்லும் செய்தி. பொ.உ.மு 247இல் அநுராதபுரியில் நடந்த இந்த வெள்ளரசுமரம் நடும் விழாவில் கதிர்காமத் தமிழ் அரசன் ஒருவனும் கலந்து கொண்டதாக மகாவம்சம் கூறுகிறது.

அவன் கேட்டுக் கொண்டதற்கிணங்க அசோகரின் மகள் மகா தேரி சங்கமித்ரை போதிமரக்கிளையோடும் (வெள்ளரசு) சடங்கு சம்பிரதாயங்களுக்குத் தேவையான சகல பரிவாரங்களோடும் (மரத்துக்கு நீரூற்ற தூய்மையான நீர்மகளிர் முதற்கொண்டு) இங்கே வந்து சேர்கிறார் . தேவனாம்ப்ய திஸ்ஸனிடம் அவர்கள் அளித்த அந்த போதிக்கன்று இன்று வேர் விட்டு பெருவிருட்சமாய் பரவிக் கிடக்கிறது.

புத்த கயாவின் போதி மரத்துக்குத் தீமை நேர்ந்து அழிவுற்றபிறகு இங்கிருந்து தான் கிளை கொண்டு செல்லப்பட்டது என்ற தகவலை எழுத்தாளர் தோழர்.கௌதம சன்னா அவர்கள் சொன்னபோது வியப்பாக இருந்தது.

பொ.உ.மு249இல் முதன் முதலாக நடப்பட்டு தொடர்ந்து அரசாலும் மக்களாலும் பாதுகாக்கப்பட்டு வருகிறது இந்தப்போதி மரம். இன்றளவும் போதியோடியைந்த சடங்குகள் யாவும் பழமையின் வழமை மாறாமல் கடைபிடிக்கப்பட்டு வருகின்றன. அதைக் கண்ணாரக்கண்டுவிடலாமென்று அருகே போனோம்.

உயர்ந்த மாடத்தின் மீது நின்ற அந்தப்பெருமரத்தின் அருகே பெருந்திரளான கூட்டம் இருந்த போதிலும் தள்ளுமுள்ளு இல்லை இரைச்சல் இல்லை. அமைதியாக அவரவர் போதிமரத்தின் நிழலில் கண்மூடி அமர்ந்து தமக்குள் புத்தரைத் தேடிக்கொண்டிருந்தனர். யாமும் அப்படியே ஐந்து நிமிடம் அமர்ந்து அந்த அகண்ட மவுனத்தை கொஞ்சம் உள்ளிழுத்துக் கொண்டபின் கீழே வந்தோம்.

போதி மரத்தின் பின்னணியில் இலங்கையில் பௌத்தம் பற்றி எழுத்தாளர் திரு கௌதமசன்னா அவர்கள் விவரிக்க தமிழ் மரபு அறக்கட்டளை சார்பில் ஒரு காணொளிப்பதிவு எடுக்கப்பட்டது. போதிகரத்தை விட்டு வெளியேறி நடக்கையில் அதன் வளாகத்தில் இருந்த சட்டசாலை, லோகபசாதா, ரம்ஸி மாலகா, பனம்ப மாலகா என்று வரிசையாக இடுபாடுகள் தெரிந்தன.

இதில் லோகபசாதா என்பது தேவனாம்ப்ய திஸ்ஸன் கட்டிய முதல் கூடம். ஒன்பது தளங்களோடும் ஒவ்வொரு தளத்திலும், நவமணிகளும் வெள்ளி மணிகளும் பதித்த விதானங்களோடும் நூறு சாளரங்களோடும் கூடிய ஆயிரம் அறைகள் கொண்ட பெரும் கூடம் என்று மகாவம்சம் வர்ணிக்கும் கட்டுமானம் இது. இப்போது அவற்றின் அடித்தளத்தின் கற்தூண்கள் மட்டுமே எஞ்சியிருக்கின்றன. அதன் மீதான மரக்கட்டுமானம் எப்போதோ அழிந்துபட்டன.

அடுத்து வந்த பனம்ப மாலகா தேரோ மஹிந்தனின் நினைவிடம் என்று கருதுகின்றனர். அதற்கடுத்து அவ்விடத்தின் மிகமுக்கியமான கட்டுமானமும், இலங்கை பௌத்தர்களின் பேரபிமானத்துக்குப் பாத்திரமான தூபியுமான மஹாதூபி எனப்படுகிற ரத்னமாலி மகாதூபிக்குச் சென்றோம். போதி வளாகத்திலேயே தான் இந்த மகாதூபியும் இருக்கிறது.

ரத்னமாலி மகாதூபி - ருவன்வலி மகா செய

ஆதித் தூபி சிங்கள மகாவீரன் துட்டகாமினி (பொ.உ. மு161) கட்டியது. பின் தேவனாம்ப்ய திஸ்ஸன் காலத்தில் (பொ.உ. மு 250) மகா தேரோ மகிந்தர் வந்து சிறப்பித்தது. சிறப்பு வாய்ந்த வரலாற்றைத் தன்னோடு புதைத்துக் கொண்டிருந்த அத்தூபியின் நடைத்தளமெங்கும் பழைய தூண்களின் எச்சங்களும், கல்வெட்டுகளும், சிற்பங்களும், புடைப்புருக்களும் சிதறிக் கிடக்கின்றன.

நடக்கையில் நம் காலடியில் திடீரென்று புலப்படும் கல்வெட்டுகளையும் புடைப்புருவங்களையும் கண்டு வியந்தபடி சுற்றிவந்தோம். அருகிலேயே சுவையான இலவச மதிய உணவு வழங்கப்பட்டது. உணவு முடித்த கையோடு அபயகிரி மற்றும் விஜயபாகு ராஜாவின் மாளிகை என்று சொல்லப்படுகிற அநுராதபுரக் கோட்டை இருக்கும் தொல்லியல் வளாகத்தை வாகனப் பார்வையாக ஒரு சுற்று சுற்றியபின் மாத்தளை நோக்கிய பயணத்தைத் துவங்கினோம்.

17 மாத்தளை

சில மணி நேர பயணத்துக்குப்பிறகு மாத்தளை வந்தடைந்தோம். திடீரென்று மருத நிலத்திலிருந்து குறிஞ்சி நிலத்துக்குக் குடிபெயர்ந்தது போலத் தோன்றியது. தென்கிழக்காசியா போலவே இங்கேயும் குன்றுகள் தோறும் பெரும் புத்த ரூபங்களைச் செய்து வைத்து மகிழ்கின்றனர் மக்கள்.

மிகவும் ரம்மியமான சூழலில் மலையகத்தின் மாத்தளை அமைந்திருக்கிறது. அங்கே சிறப்பு வாய்ந்த முத்து மாரியம்மன் கோயிலுக்கு முதலில் சென்றோம். மலையகத்து மக்களின் வாழ்வில் இன்றியமையாத இடத்தைப் பெற்றிருக்கிறது இந்த ஆலயம். ஏறக்குறைய 200 ஆண்டு பழமையானது. எண்பதுகளின் இனக்கலவரம் பெரிய பாதிப்புகளை ஏற்படுத்தி யிருக்கவில்லை என்று சொன்னார்கள். நல்லதொரு தரிசனத்தை முடித்த கையோடு அங்கிருந்து மலையேறி சந்தகட்டி முருகன் கோயிலை அடைந்தோம். 360பாகையும் மஞ்சு சூழ் மலைகள். அத்தகைய அமைப்பில் குன்றின் உச்சியில் அழகுற அமர்ந்திருக்கிறது சந்தகட்டி முருகன் கோயில். அருகிலேயே ஆஞ்சநேயர் படுத்திருப்பது போன்ற அமைப்பில் இருந்த ஆஞ்சநேயர் மலை என்று ஒன்றைக் காட்டினார்கள்.

அங்கே ஆலய நிர்வாகிகளிடம் தமிழ் மரபு அறக்கட்டளை சார்பாகச் சந்தகட்டி ஆலயம் தொடர்பாகவும் மலையகத்து மக்களின் வாழ்வியல் கலாச்சார விழுமியங்கள் தொடர்பாகவும் காணொளி ஆவணம் ஒன்று எடுக்கப்பட்டது. கோயில் பிரசாதமே எங்களுக்கு இரவு உணவாக, உண்ட நிறைவோடு அங்கிருந்து ரத்னபுரிக்குப் பயணப்படலானோம். இரவில் ரத்னபுரியில் தங்கினோம்.

ரத்னபுரி 18

மறுநாள் கடினமான மலைப்பாதையில் நெடுநேரம் பயணம் மேற்கொண்டோம். காமன் கூத்து ஆவணப்பதிவு செய்வதற்காக மலையகத்தின் அழகுசெறிந்த சிற்றூர் ஒன்றைச் சென்றடைந்தோம். இருளும் குளிரும் மழையும் கூடிய அந்த பின்னந்திப் பொழுதை மேலும் அழகாக்கியது பழமை மாறாத காமன் கூத்து ஆவணப்பதிவு.

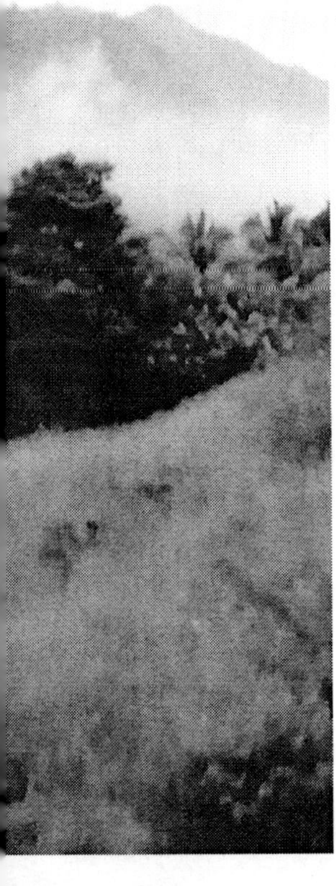

எளிமையே உருவான கலைஞர் தம் அகவையைப் பொருட்படுத்தாது குதூகலத்தோடு நடித்துக் காட்டிய கூத்து இரவை அவ்வளவு எளிதில் மறந்துவிட முடியாது.

காமன்கூத்து:

மலையகத்தின் மிகச்சிறந்த கலாச்சாரக் கூறுகளுள் ஒன்று இந்த காமன் கூத்து. இது காமன் கூத்து எனவும் சேடியாட்டம் எனவும் அழைக்கப் படுகிறது. ஒரு புராணக் கதையின் கருவைக்கொண்டு காதல் தொடர்பான இயல்புக ளை நாடக வடிவில் எடுத்துக்கூறும் முயற்சி தான் இந்த காமன் கூத்து. இதன் 32க்கும்

மேற்பட்ட கட்டங்களையும் தவறாமல், பழமை மாறாமல் இன்றும் பின்பற்றும் கூத்துக்கலைஞர்கள் இவர்கள். கம்பம் நடுவதில் இருந்து ரதி மன்மதன் திருமணம் பின்னர் கூத்து என்று மூன்று நாளும் திறம்பட நடக்கும் கூத்தைக் காண பல்வேறு ஊர்களில் இருந்தும் மக்கள் திரளாய் வருகின்றனர்.

மலையகத்தைப் பொறுத்தவரை காமன் கூத்து சமுதாய நோக்கிலேயே நடத்தப்படுகிறது. தோட்டத் தொழிலாளர்கள் வாழ்க்கையில் தேயிலை காயும் காலமான தை, மாசி, பங்குனி ஆகிய மாதங்களே வழிபாட்டுக்குரிய மாதங்களாகின்றன. இந்த காலத்தில் ஓய்வை உற்சாகமாகக் கொண்டாடவும் வெயில் தாக்கத்தால் ஏற்படும் வறட்சி நீங்கி நல்ல மழை பொழிய வேண்டும் என்றும் பொருளாதார பின்னடைவுகளில் இருந்து தம்மைக் காத்துக்கொள்ளும் நம்பிக்கைச் சடங்காகவும் இந்த வழிபாடுகள் அமைகின்றன. இது தவிர திருமணம் கைகூட, பிள்ளைபெற, திருமண உறவு பலப்பட என்று பல காரணிகளுக்காக மக்கள் இந்த வழிபாட்டை மேற்கொள்கின்றனர். இதற்காக மாவிலக்கு, அரிதாரங்கட்டி ஆடுதல், குழந்தைக்கு காமன் பெயர் வைத்தல் போன்ற நேர்த்திக்கடன்களும் செய்யப்படுகின்றன. காமன் கூத்து மலையக மக்களின் கலை கலாச்சாரம் சமூகம் மற்றும் நம்பிக்கை சார்ந்த மிக முக்கியமான விழுமியமாக இருப்பதால் இன்று வரையிலும் காக்கப்பட்டு வருகிறது.

அன்று இரவு பள்ளி வளாகத்தில் எங்களுக்காகக் கலைஞர்கள்

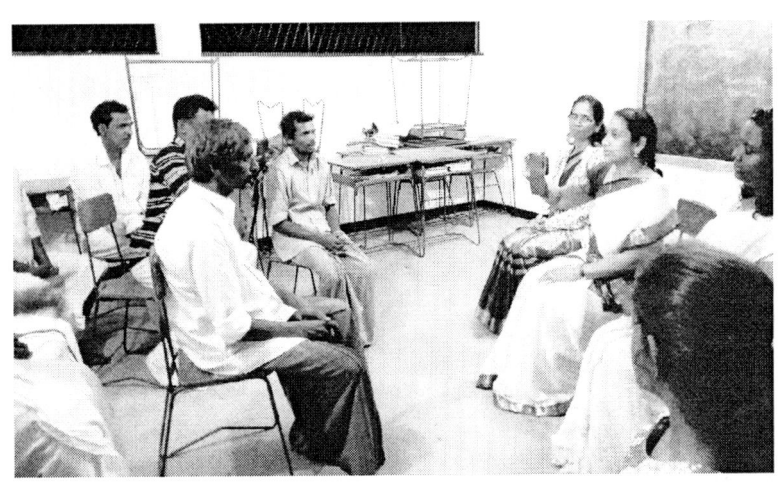

காத்திருந்தனர். வாத்தியங்கள் ஒத்திசைக்கை கூத்துக் கலைஞர்கள் பிரம்மனாகவும், விஷ்ணுவாகவும் ரதியாகவும் மாறி மாறி ஆடியும் நடித்தும் காட்டினர். பிறகு நண்பர் தனது வீட்டில் காமன்கூத்து குறித்த ஆவணப்படம் ஒன்றை எங்களுக்குப் போட்டுக்காட்டினார். கிளம்பும் தறுவாயில் அந்த வறிய கலைஞர்கள் தயக்கத்தோடு இது தான், இது மட்டும் தான் எங்க சொத்து என்று கண்கலங்கச்சொன்ன போது நெஞ்சையடைத்தது.

நாம் அவர்களது கலையை விற்றுக்காசாக்கி விடுவோமென்ற பயம் அவர்களுக்கு. அப்படித்தான் நம் கலைஞர்களை வைத்திருக்கிறோம் நாம், பயத்திலும் இருளிலும் அக்கறையற்ற உதாசீனத்திலும். அப்படி ஏதும் செய்துவிட மாட்டோம் உங்களைப்பற்றி ஊருக்குச்சொல்கிறோம். உங்கள் கலையும் உங்கள் பெயரும் காலம் தாண்டியும் வாழும் என்று நம்பிக்கையளித்துவிட்டு வந்தோம்.

நம்பிக்கை அது மட்டுமே நிதர்சனம்.

வரலாறு எவ்வளவு உயர்வானதாயினும், முன்னோர் எத்தனைச் சிறப்புடையவராயினும் அவர்கட்கும் முடிவென்று ஒன்று உண்டு.

இனி வரும் தலைமுறை நம்மை விடவும் சீரும் சிறப்புமாய்

கொண்டாட்டமாய் இருப்பார்கள் என்ற நம்பிக்கையோடு தானே அத்தனை அரசர்களும் தலைவர்களும் இருந்திருப்பார்கள்.

நமக்கடுத்த தலைமுறைகளும் அப்படி இருக்கவேண்டுமென்ற ஆசையும் நம்பிக்கையும் மட்டும் தானே நமக்கும் மிச்சம் இருக்கிறது. அதைச் சாயவிடாமல் காப்பதன்றி வேறேதும் செய்ய முடியாது நம்மால். அதற்கு நாம் செய்யக் கூடியவற்றில் முதன்மையானது வரலாற்றை ஆவணப்படுத்தல் தான்.

நடந்தவற்றையும் நடப்பவற்றையும் ஆவணப்படுத்துதலின் மூலம் நமக்கான வேரை நமது விதைகளினூடே நினைவுகளாகச் செலுத்திவிடும் சாத்தியமிருக்கிறது.

நாளைய உலகம் நலம்பெற வேண்டுமெனில் இன்றும் நேற்றும் எப்படி இருந்ததென்ற படிப்பினை அவர்கட்குத் தேவை.

அதைச்செய்யும் பணியில் நிறைவாய் நாம்.

மறுநாள் காலை கொழும்பு நகரில்ல் சுற்றிக்களி(ழி)த்துவிட்டு மனநிறைவோடு இலங்கை ஆய்வுப்பயணத்தை முடித்துக்கொண்டு தமிழகம் திரும்பினோம்.

அடிக்குறிப்புகள்

1. P.79 K. Indrapala (2005, The ethnic Identity:Tamils)
2. p.33, Dr. Murugar Gunasingam (2016, Tamils in Srilanka)
3. p. 456, சி.க. சிற்றம்பலம் (1993, யாழ்ப்பாணம் தொன்மை வரலாறு) ப.82, சி.க. சிற்றம்பலம் (1993, யாழ்)
4. திருமதி சுயன் விஜயதர்சினி, (2019, நிமிர்வு இதழ்)
5. (Ragupathy 1987, Pushparatnam 1993).
6. (Strambalam 1990, Seneviratne 1984, Ragupathy 1987, Pushparatnam 2002).
7. (O.Bopearachchi, 2004)
8. வீரகேசரி, 2018
9. ப.584, சி.க. சிற்றம்பலம் (1993, யாழ்)
10. K.Indrapala, 2006.
11. Samanth Subramanian, This Divided Island: Stories from the Sri Lankan War, 2015
12. Mirror, 2016
13. p.17, Anuradha Seneviratna (1994, Ancient Anuradhapura.)
14. p.28, பல்லவராஜசேகரன் (2007, பல்லவராச்சியம்)
15. Anuradha Seneviratna, (1994, Ancient Anuradhapura)
16. Ibid.
17. Ibid.
18. Ibid.
19. Ibid

உசாத்துணை:

1. *DR. Murugar Gunasingam, Tamils in Srilanka, A comprehensive History, Sydney,* 2016

2. *Anuradha Seneviratna, Ancient Anuradhapura-The monastic City, Nugegoda,2008*

3. *K. Indrapala, The ethnic identity: The tamils in Srilanka, C.300BCE to C1200CE , Sydney,* 2005

4. *Samanth Subramanian, This Divided Island: Stories from the Sri Lankan War,2015*

5. எஸ். சங்கரன், மகாவம்சம்(தமிழாக்கம்), சென்னை, 1965

6. கலாநிதி, ப.புஷ்பரட்ணம், தொல்லியல் நோக்கில் இலங்கைத் தமிழர் பண்பாடு, 2003, யாழ்ப்பாணம்

7. கலாநிதி, ப.புஷ்பரட்ணம், இலங்கைத் தமிழரின் பண்டைக்கால நாணயங்கள், 2001, யாழ்ப்பாணம்

8. சோதிமலர் ரவீந்திரன், காமன் கூத்தும் மலையகப் பாரம்பரியமும், இலங்கை, 2004

9. சி.க. சிற்றம்பலம், யாழ்ப்பாணம் தொன்மை வரலாறு, யாழ்ப்பாணம், 1993

10. பல்லவராஜசேகரன், பல்லவராச்சியம்,2007

வலைத்தளங்கள் / வலைஇதழ்கள்

1. வீரகேசரி
2. கீற்று
3. திமிரர்
4. நிமிர்வு